(திரு. வி. கலியாணசுந்தர முதலியார்)

இந்திய இலக்கியச் சிற்பிகள்

திரு.வி.க
(திரு.வி.கலியாணசுந்தர முதலியார்)

ம.ரா.போ.குருசாமி

சாகித்திய அகாதெமி

Thiru Vi. Ka.: Monograph in Tamil by M.R.P. Gurusami, Sahitya Akademi, New Delhi, (Reprint 2024), Rs. 100/-

உரிமை © சாகித்திய அகாதெமி

ஆசிரியர்	:	ம. ரா. போ. குருசாமி
பொருள்	:	இந்திய இலக்கியச் சிற்பிகள்
வெளியீடு	:	சாகித்திய அகாதெமி
முதல் பதிப்பு	:	1998
இரண்டாம் பதிப்பு	:	2006
மூன்றாம் பதிப்பு	:	2015
நான்காம் பதிப்பு	:	2024
ISBN	:	978-81-260-0355-3
விலை	:	ரூ. 100/-

All rights reserved. No part of this book may be reproduced or utilized in any form or by any means, electronic or mechanical including photocopying, recording or by any information storage and retrival system, without permission in writing from Sahitya Akademi.

சாகித்திய அகாதெமி

தலைமை அலுவலகம் : இரவீந்திர பவன், 35, பெரோஸ்ஷா சாலை, புது தில்லி 110 001.
secretary@sahitya-akademi.gov.in | 011-23386626/27/28.

விற்பனை அலுவலகம் 'ஸ்வாதி' மந்திர் சாலை, புது தில்லி 110 001
sales@sahitya-akademi.gov.in | 011-23745297, 23364204.

கொல்கத்தா 4, டி.எல். கான் சாலை, கொல்கத்தா 700 025
rs.rok@sahitya-akademi.gov.in | 033-24191683/24191706.

சென்னை குணா வளாகம், 443, இரண்டாம் தளம், அண்ணா சாலை, தேனாம்பேட்டை, சென்னை 600 018.
chennaioffice@sahitya-akademi.gov.in 044-24311741 | 24354815

மும்பை 172, மும்பை மராத்தி கிரந்த சங்கிரகாலய சாலை, தாதர், மும்பை 400 014
rs.rom@sahitya-akademi.gov.in 022-24135744 | 24131948.

பெங்களூரு கலா கிராமா எதிரில், பெட்ரோல் பம்ப் அருகில் அவுட்டர் ரிங் ரோடு, மைசூர் சாலை, ஞானஜோதி நகர் மல்லத்தஹள்ளி, பெங்களூரு – 560 056
rs.rob@sahitya-akademi.gov.in. 080-22245152, 22130870.

அச்சகம்: Pavai Printers Pvt. Ltd., Chennai
#16(142), ஜானி ஜான் கான் சாலை,
இராயப்பேட்டை, சென்னை - 600 014. ☎: 044-28482441, 42155309
Visit our website at http://www.sahitya-akademi.gov.in

படையல்

நாட்டுப் பற்று,
மொழிப் பற்று,
தெய்வ பக்தி,
கொண்டு
ஓய்வின்றிப் பணியாற்றி
மறைந்த
இரண்டாம் திரு.வி.க.
"சிலம்புச் செல்வர்
டாக்டர் ம.பொ. சிவஞானம்" அவர்களுக்கு.

- ஆசிரியன்

முன்னுரை

பச்சையப்பர் கல்லூரியிலே தமிழ் பயின்றுவந்தபோது பெரும்பாலான ஞாயிற்றுக் கிழமைகளிலே தமிழ்த் தென்றல், தமிழ் முனிவர் திரு. வி. க. வைச் சந்தித்து அளவளாவும் வாய்ப் பினைப் பெற்றிருந்தேன். இந்த வாய்ப்பினை ஏற்படுத்தியவர் என் பேராசிரியர் டாக்டர் மு.வ. அவர்கள். கல்லூரிப் படிப்புக்குப் பிறகு சக்தி காரியாலயத்தில் பணிபுரிந்தபோது வாரத்தில் இரண்டு மூன்று நாட்களில் திரு.வி.க.வைச் சந்திக்கும் வாய்ப்பு இருந்தது; காரியாலயத்துக்குப் பக்கத்துத் தெருவில்தான் அவர் வீடு; சென்னையை விட்டுக் கோவை வந்த பிறகும் வருடத்தில் மூன்று அல்லது நான்கு முறைகள் சந்திப்பேன்; அவர் வாழ்ந்த வரையில் சென்னை செல்லும்போதெல்லாம் தவறாமல் சந்திப்பது வழக்கம்.

திரு. வி. க. வின் மணிவிழா நடந்தபோது மாணாக்கர் சார்பில் தனியாக விழா நடத்த ஒரு நாள் ஒதுக்கப்பட்டது. அந்த விழாவை மிகச் சிறப்பாகக் கொண்டாட ஏற்பாடு செய்த மாணாக்கர்களில் நானும் ஒருவன்.

வெறும் அறிமுக அளவில் நில்லாமல், என் வாழ்க்கை யமைப்பிலே தெளிவு ஏற்படுத்திக் கொள்வதற்கு அச்சான்றோர் உதவியிருக்கிறார்.

இந்தச் சிறுநூலை எழுதி, அப்பெருமகனார்க்கு நன்றி செலுத்திக் கொள்ள வாய்ப்பளித்த சாகித்திய அகாதெமியார்க்கு என் உளமார்ந்த நன்றி.

ம.ரா.போ. குருசாமி

உள்ளுறை

படையல்	5
முன்னுரை	7
1. தோன்றிய சூழ்நிலை	11
2. வாழ்க்கை	16
3. பல திறத் தொண்டு	26
4. சில நூல்கள்	50
5. முடிவாக	70
திரு.வி.க. வாழ்க்கை: ஒரு நெட்டோட்டம்	73
திரு.வி.க. நூல்கள்	76
உதவிய நூல்கள்	79

1. தோன்றிய சூழ்நிலை

காலத்தின் தேவையையொட்டிச் சமுதாயக் குறைகளைப் போக்கி நற்பணி புரிவதற்காகவே சமூகத் தொண்டு புரியும் தலைவர்கள் பிறக்கிறார்கள். பகவத் கீதையில் கண்ணபெருமான் கூறியிருப்பது சமயத் துறைக்கு மட்டுமல்லாமல், மனித சமுதாயத்தின் எல்லாத் துறைகளுக்குமே பொருத்தமான உண்மைதான்.

தமிழ்த் தென்றல் என்றும் தமிழ்ச் சான்றோர் என்றும் வேம்படி முனிவர் என்றும் தமிழ் மக்களால் போற்றப்படுகின்ற திருவாளர் திரு. வி. கலியாண சுந்தரனாரும் அந்தக் கோட்பாட்டின்படி தோன்றியவர்தான்.

கி.பி. 1883-இல் திரு.வி.க. தோன்றினார். அதாவது, பத்தொன்பதாம் நூற்றாண்டின் இறுதியிலே பிறந்தவர், திரு. வி. க.

அந்தக் காலக்கட்டத்தில் நம் நாட்டில் நிலவிய சூழ்நிலை என்ன?

ஒரே சொல்லில் சொல்வதென்றால், அயலாட்சியின் ஆதிக்கம் ஓங்கியிருந்த காலம் அது.

அரசாட்சி மட்டுமே அந்நியர் கையிலிருந்தது என்று சொல்லி, அமைதி காண முடியாது. அடிமைப்பட்ட பாரத நாட்டுக்கு மெக்காலே 1835-இல் ஒரு கல்வித் திட்டத்தை உருவாக்கினார். அந்தத் திட்டத்தின் நோக்கம் ஒரு புதிய 'சாதி'யை இந்தியாவில் படைப்பதாகும். நிறத்தால் இந்தியனாயும் நினைப்பால் வெள்ளையனாயும் அமைகின்ற ஒரு புதிய 'சாதி' உருவாக வேண்டும் என்பது மெக்காலேயின் திட்டம். வெள்ளையரசாங்கத்துக்கு உண்மையுள்ள ஒரு சிப்பந்தி வர்க்கத்தைப் படைக்கும் குறிக்கோளில் அந்தத் திட்டம் வெற்றி பெற்று விட்டது. இன்னும்கூட அந்தத் திட்டத்தின் நச்சுச் சூழலிலிருந்து பாரதம் விடுதலை பெற்றுவிடவில்லை.

வெள்ளையாட்சி வகுத்து நடைமுறைப்படுத்திய அந்தத் திட்டத்தின் விளைவு எப்படி அமைந்தது? கலைஞானி ஆனந்த குமாரசாமி பின்வருமாறு அதனை விளக்கியிருக்கிறார்:

"இந்தியாவின் ஒரு பல்கலைக்கழகத்தில் படித்த ஒரு சாதாரணப் பட்டதாரியிடமோ, இலங்கையின் ஒரு மாணவனிடமோ மகாபாரதத்தின் உயர் குறிக்கோள்களைப் பற்றிப் பேசிப் பாருங்கள். உடனே அவன் ஷேக்ஸ்பியர் நூல்களில் தனக்கு இருக்கிற அறிவைச் சாலப் பேசி விளம்பரப்படுத்திக் கொள்ள விரைவான். அவனிடத்திலே (இந்த நாட்டுச்) சமயத் தத்துவம் பற்றிப் பேசுங்கள். கடந்த ஒரு தலைமுறைக்கு முன் ஐரோப்பாவில் பெரிதும் காணப்பட்ட பக்குவப்படாத ஒரு குருட்டு நாஸ்திகனாக அவன் இருப்பதைக் காண்பீர்கள். அவன் சமய உணர்வு அற்றவன் என்பதோடு ஒரு சராசரி ஆங்கிலேயனைப் போலவே தத்துவ ஞானமும் அற்றவனாக இருப்பான். இந்திய இசை பற்றி அவனிடம் பேசிப் பாருங்கள். அவன் ஒரு கிராமபோனையோ ஓர் ஆர்மோனியத்தையோ கொண்டு வந்திடுவான். கொண்டு வருவதோடு நிற்பானா? அவற்றுள் ஏதாவது ஒன்றையோ இரண்டையுமோ கொண்டு உங்களைக் குடைவான். அவனிடம் இந்திய உடைகள் பற்றியோ இந்திய நாட்டுஅணிகளைப் பற்றியோ பேசிப் பாருங்கள். அவையெல்லாம் நாகரிகம் அற்றவை, காட்டு மிராண்டித்தனமானவை என்று உங்களிடம் தெரிவிப்பான். அவனிடம் இந்தியக் கலை பற்றிப் பேசிப் பாருங்கள். 'அப்படி ஒன்று இருக்கிறது' என்பதே அவனுக்குப் புத்தம் புதிய செய்தியாக இருக்கும். அவனுடைய சொந்தத் தாய்மொழியிலேயே எழுதப் பட்ட ஒரு கடிதத்தைக் கொடுத்து, அதன் செய்தியை உங்களுக்காக மொழிபெயர்த்துச் சொல்லுமாறு கேளுங்கள். அவனுக்கு அவன் தாய்மொழி தெரியாது. ஐயகோ, அவன் சொந்த நாட்டிலேயே ஓர் அந்நியனாக இருக்கிறான்."

மாடர்ன் ரெவ்யூ'வில் 1908-இல் எழுதப்பட்ட கட்டுரையில் வருணிக்கப்பட்டுள்ள 'படிப்பாளி'யின் நிலை இன்றும் அப்படியேதான் பெரும்பாலும் இருக்கிறது என்பதை எவரும் ஒப்புக் கொள்வர்.

1940-இல் அதாவது நாடு விடுதலை பெறவிருந்த காலச் சூழலில் இந்தியாவில் கல்வியரங்கம் என்ன தோற்றம் அளித்தது என்பதைத் திரு.வி.க.வே விளக்கியிருக்கிறார்:

ஆங்கிலப் பயிற்சி காட்டுத் தீப்போல் நாட்டில் பல பாகங்களில் பரவலாயிற்று. ஆங்கிலம் பயின்ற இந்தியர் தொடக்கத்தில் பத்துக் கணக்கினராய், பின்னே நூற்றுக் கணக்கினராய் பின்னே ஆயிரக்கணக்கினராய், பின்னே இலட்சக் கணக்கினராய்ப் பெருகிப் பெருகி, இப்பொழுது கோடிக் கணக்கினராய்ப் பெருகி நிற்கின்றனர். இவ்வளவு பேரும் அடிமை வேலைக்கென்று பயில்வது எங்ஙனம் இயற்கையினதாகும்? .... செயற்கை முறையில் ஆங்கிலம் பயில்வதால், அஃது அடிமை உணர்வை உண்டாக்குகிறது போலும்....

'இக்காலக் கல்வியின் அடிப்படையில் விதேசியம் ஊர்ந்து கொண்டிருத்தல் கருதற்பாலது. கல்வி பயிலும் பள்ளி முழுவதும் விதேசியமாயின், பிள்ளைகளிடம் சுதேசியம் எங்ஙனம் வளரும்? பிள்ளைகள் கற்பதும் கேட்பதும் காண்பதும் பிறவும் விதேசியம்!.... விதேசியச் சூழலிடை நின்று வளரும் பிள்ளைகள் நெஞ்சில் என்ன வளரும்? சுதேசியமா? விதேசியமா? இளமையிலேயே மக்களுக்கு விதேசிய விதை விதைக்கப்படுகிறது! 'தொட்டிற் பழக்கம் சுடுகாடு மட்டும்' என்பது பழமொழி."

நாட்டு நிர்வாகத்தை ஏற்று நடத்துவோர் கல்வி கற்றவர்களாக இருப்பார்கள். நிகழ்காலம் இறந்த காலமாகும்போது உருவாகும் எதிர்காலத்தை நிர்வகிக்கப் போகிறவர்கள் இன்றைய சிறுவர்கள், மற்றும் இளைஞர்கள். எனவே, நாட்டு நடப்பிலே 'சுதேசியம்' இடம்பெற வேண்டுமென்றால், கல்வியரங்கிலேதான் நாட்டம் செலுத்த வேண்டும். ஆங்கிலேய ஆட்சியாளர்கள் உருவாக்கிய கல்வியின் நோக்கம் முன்பே சொன்னதுபோல நினைப்பால் வெள்ளையராகவுள்ள புதிய சாதியைப் படைப்பதே. அந்தச் சாதியினர் சிப்பந்திகளாய் அடிமை செய்யவே தகுதியுடையவர் களாக இருப்பார்கள். ஆங்கிலேயர் இந்த நாட்டுக்கென வகுத்த கல்வி பற்றி மகாகவி பாரதியார்,

நரியு யிர்ச்சிறு சேவகர், தாதர்கள்,
நாயெ னத்திரி ஒற்றர், உணவினைப்
பெரிதெ னக்கொடு தம்உயிர் விற்றிடும்
பேடியர், பிறர்க்கு இச்சகம் பேசுவோர்
கருதும் இவ்வகை மாக்கள் பயின்றிடும்
கலை.....

என்று பாடியிருப்பதை நினைவிலே கொள்ளலாம்.

சேவகர், தாதர்கள் நிலையில் இருப்போர் தகுதி இது. இவர்களுக்கு மேல் ஆங்கில அரசால் அவர்கள் நாட்டிலிருந்தே இறக்குமதி செய்யப்பட்ட மேலதிகாரிகள் எப்படிப்பட்டவர்கள்?

'பிரிட்டிஷ் இந்திய வரலாறு' என்ற நூலை எழுதிய ஜேம்ஸ் மில் என்பவருக்குப் பாரத நாடு தொடர்பான எதிலும் மரியாதை கிடையாது. அப்படிப்பட்டவர்கள் எழுதியதே மேல் வரிச் சட்டமாக இருந்தது. 'இந்துஸ்தானத்தின் பழைய நிலை மிக மட்டமானது; காட்டுமிராண்டித்தனமானது' என்ற அடிப்படையிலேயே ஜேம்ஸ் மில்லின் நூல் எழுதப்பட்டது. 'ஓர் இந்தியன் உண்மையில் அடிமையாய் இருப்பதற்கு ஏற்றதான தகுதியையே உடையவன்'

என்றும் 'சராசரி இந்தியன், ஒழுக்கம் என்ற நிலையில் மிகவும் தாழ்ந்தவன்' என்றும் ஜேம்ஸ் மில் எழுதத் தயங்கவில்லை. இதுபோன்ற கருத்துகளை மனத்தில் ஆழமாகப் பதித்துக்கொண்ட ஆங்கிலேயர்களே பெரும்பாலும் பிரிட்டிஷ் நிர்வாகத் தலைமையில் இருந்தனர்.

ஜேம்ஸ் மில்லுக்கு முன்னே வில்லியம் ஜோன்ஸ் போன்ற சிலர் பாரதத்தின் பெருமைகளை உணர்ந்து எழுதியிருந்தாலும், அவர்களின் கருத்தை மனமார ஏற்றவர்கள் பிரிட்டிஷ் நிர்வாகத்தில் இருக்கவில்லை.

மெக்காலே எழுதிச் சாதித்த கல்விக் குறிப்பும், நிர்வாகத் தினரின் ஏளனப் பான்மையும், பிரிட்டிஷ் நிர்வாகத்தின் அடி வருடிப் பிழைக்கத் தயங்காத படித்த கூட்டமும், பாரத நாட்டுப் பெருமையை அரித்துவிட்டன. பாரதம் என்ற பழம்பெரும் பூமியும் பெருமையும் பெருமிதமும் கொண்ட அதன் பண்பாடும் பாரதப் பண்பாட்டின் களஞ்சியங்களாகிய தொன்னூல்களும் இந்தியர்களாலேயே புறக்கணிக்கப்பட்டன.

அயல் ஆட்சியினர் தங்கள் அரசியல் ஆதாயத்துக்காகப் பிரித்தாளும் சூழ்ச்சியைக் கையாண்டதைப் பாரத நாட்டு மக்களும் அவர்களின் தலைவர்களும் புரிந்து கொள்ளவில்லை. இந்து - முஸ்லீம் கசப்புணர்வு, சாதிப் பகைமை, தீண்டாமைக் கொடுமை.... என்று பலவகை நச்சுணர்வுகள் மெல்ல மெல்லப் பரவி, பாரத நாட்டிலே ஆழமாக வேரூன்றச் செய்தது, பிரிட்டிஷ் ஆட்சி.

இந்த அழிவுப்பணி எதிராளியிடமிருந்து உருவாயிற்று.

நம்மவரும் இந்த நாட்டின் அவலச் சூழ்நிலை உருவாகிட உதவினார்கள். நம்மவரால் பாரதம் அடைந்த அவலத்தைத் திரு.வி.க.வின் சொற்களிலேயே காணலாம்:

"சாதி மத வெறி, சம்பிரதாயச் சிறுமை, கண்மூடி வழக்க ஒழுக்கம், தீண்டாமை, பெண்ணடிமை, ஹிந்து முஸ்லீம் வேற்றுமை முதலிய இருப்பு எஃகுத் துண்டங்கள் வாளாக வடிந்தன. அவ்வாள் - அவ்விந்திய வாள் - இந்தியாவை வீழ்த்தியது. இவை யாவும் பத்தொன்பதாம் நூற்றாண்டின் தொடக்கத்திலேயே எழுந்த பேச்சுக்கள், பின்னும் நிலைமை எவ்வழியிலும் மாறவில்லை.... இடைநாளில் தோன்றிய தனி வாழ்க்கையுணர்வு, சாதிவெறி, மதவெறி, ஒற்றுமையின்மை, வேற்றுமையுணர்வு, தீண்டாமை,

பெண்ணடிமை கொண்டமை, பொறாமை, பிணக்கு முதலிய சிறுமைகள் - தீமைகள் கொடுமைகள் - இழிவுகள் இந்திய மகனைக் கீழே தள்ளின".

ஆக, இந்த நாடு ஆட்சி அரங்கிலும் பண்பாட்டு அரங்கிலும் வீழ்ச்சி அடைந்தது; அயலவர்கள் சில வகைகளிலேயும் நம்மவர் வேறு சில வகைகளிலேயும் பாரத நாட்டு வீழ்ச்சிக்குக் காரணராயினர்.

முன்னர் நாடு திகழ்ந்த பெருமையும்
மூண்டி ருக்கும் இந்நாளின் இகழ்ச்சியும்
பின்னர் நாடுறு பெற்றியும் தேர்கிலார்
பேடிக் கல்வி பயின்றுழல் பித்தர்கள்
என்ன கூறி, மற்று எங்ஙன் உணர்த்துவேன்
இங்கு இவர்க்கு எனது உள்ளம் எரிவதே

என்று மகாகவி பாரதியார் பாடினார். பாரத நாட்டில் நிலவிய அவலச் சூழ்நிலையைச் சித்தரிக்கும் சொல்லோவியம் இது. பாரத நாட்டுக்கும் அதன் ஒரு பகுதியாகிய தமிழகத்திற்கும் - பொதுப்பணி ஆற்ற வேண்டிய திரு. வி. க. தோன்றிய சூழ்நிலை இது. 'என் கடன் பணி செய்து கிடப்பதே' என்ற வாக்கினைத் தம் வாழ்க்கையின் அடிநாதத் திருமொழியாக அமைத்துக் கொண்ட திரு. வி. க. என்ற தொண்டர் நாயகர் பிறந்து பணியாற்றுவதற்கான சூழ்நிலை இது.

2.வாழ்க்கை

திருவாரூர் - விருத்தாசல கலியாணசுந்தர முதலியாரின் முன்னோர்கள் வாழ்ந்த இடம் திருவாரூர். அவருடைய பெயரில் முதலில் அமைந்துள்ள 'திரு', முன்னோர்கள் வாழ்ந்த ஊரைக் குறிப்பதாகும். திரு.வி.க.வின் பாட்டனார் திரு.வேங்கடாசல முதலியார்தான் திருவாரூரை விட்டுச் சென்னையில் குடியேறினார். வேங்கடாசல முதலியாரின் தந்தையார் திரு.இராமசாமி முதலியார் திருவாரூரில் தமிழ்ப் பள்ளிக்கூட ஆசிரியராக இருந்தவர். எனவே, திரு. வி. க. வின் தமிழ்ப் புலமையின் தலையூற்று அவர் மரபு வழியில் பெற்றது எனலாம்.

திருவாரூரை விட்டுச் சென்னையில் குடியேறிய வேங்கடாசல முதலியாரின் இரண்டாவது மகன் விருத்தாசல முதலியார்; இவரே திரு.வி.க.-வின் தந்தையார். விருத்தாசல முதலியாருக்கு இரண்டு மனைவியர். முதல் மனைவி இறந்த பின், விருத்தாசல முதலியார் இரண்டாம் தாரமாகத் திருமதி சின்னமாளை மணந்தார். இந்த அம்மையாருக்கு நான்கு பெண்களும் நான்கு ஆண்களும் பிறந்தனர். இந்த எண்மரில் ஆறாவது குழந்தையே கலியாணசுந்தரனார்.

விருத்தாசல முதலியார் சென்னை, இராயப்பேட்டையில் வணிகம் புரிந்து வந்தார்; பின்னர்ச் சென்னையை அடுத்து, துள்ளம் (சைதாப்பேட்டைத் தாலூகா) என்ற கிராமத்தில் குடியேறினார். செம்பரம்பாக்கம் ஏரி மராமத்து வேலையை மேற்கொண்டதால் சென்னையை விட்டுத் துள்ளம் வந்தார், விருத்தாசல முதலியார். மராமத்து வேலை முடிந்தபின் திரும்பவும் சென்னைக்கு வர விரும்பிய அவரை, துள்ளத்திலும் சுற்றுப்புறத்துக் கிராமங்களிலும் உள்ளவர்கள் துள்ளத்திலேயே தங்கிவிடுமாறு அன்போடு வற்புறுத்தினர். கிராமத்தார்களின் அன்புக்குக் கட்டுப்பட்ட அவர், அங்கேயே கடை தொடங்கி வணிகம் செய்து வந்தார். துள்ளத்தில் இருந்தபோதுதான் 26.8 .1883-இல் கலியாணசுந்தரனார் பிறந்தார். திரு.வி.க.வோடு பிறந்தவர்கள் எழுவர்; எனினும், திரு. வி. க. வை நினையும் போதெல்லாம் உடனெழுவது திரு.வி.உலகநாத முதலியார் என்னும் பெயர்தான். 12.9.1881-இல்

பிறந்த தமையனார் திரு. உலகநாதர் தம் மறைவு வரையில் தம்பியாராகிய கலியாண சுந்தரருடனேயே இருந்துவந்தார். இவர்கள் இருவரையும் பெரியசாமி, சின்னசாமி என்ற செல்லப் பெயர்களால்தான் வீட்டில் இருந்தவர்கள் குறித்தார்கள். செல்லப் பெயரால் தனிச் சிறப்புடையவர்களாக ஆகிவிட்ட சகோதரர்கள் இருவரும் இரட்டையராகவே அன்புறவு கொண்டு வாழ்ந்தனர்.

துள்ளம் கிராமத்தில் படிப்பு வசதி கிடையாது; பள்ளிக்கூடம் இல்லை. உலகநாதருக்கும் கலியாணசுந்தரர்க்கும் தந்தையாரே ஆசிரியரானார். வீட்டுத் திண்ணையில் பள்ளிக்கூடம் தொடங்கப் பட்டது. எழுத்தறிவூட்டி, ஆத்திசூடி, கொன்றை வேந்தன், உலக நீதி போன்ற எளிய நூல்களையும் அரிச்சுவடியையும் விருத்தாசல முதலியார் கற்பித்தார்; காலத்துக்கேற்றபடியான படிப்புக்கு அது போதாது என்று உணர்ந்தார். பிள்ளைகளின் படிப்புக்காக மீண்டும் சென்னை வந்தார். ஆரியன் பிரைமரி பாடசாலையில் திரு. வி. க. வை இரண்டாம் வகுப்பில் சேர்த்தார்கள். இரண்டாண்டுகள் படித்து, நான்காம் வகுப்பில் படித்துக்கொண்டு இருந்தபோது கல்வி தடைப்பட்டது. தடித்த உடற்பாரத்தைக் குறைப்பதற்காக மருந்து சாப்பிட்டு வந்தபோது பத்தியம் மறந்து ஒரு வடையைச் சிறுவர் கலியாணசுந்தரர் சாப்பிட்டுவிட்டார். அதன் விளைவாகக் கால் முடங்கிவிட்டது. அதனாலும் குடும்பத்தில் ஏற்பட்ட சில சூழ்நிலைகளாலும் பின்னர் 1898-இல் வெஸ்லி கல்வி நிலையத்தில் நான்காம் வகுப்பில் சேர்ந்தார்.

ஆறு ஆண்டுகள் இடையீடின்றிக் கற்று, பள்ளியிறுதி (பத்தாம் வகுப்பு: மெட்ரிக்குலேசன்) நிலைக்கு வந்தார். கலியாணசுந்தரரின் உள்ளம் கவர்ந்த கதிரைவேற் பிள்ளை சார்பாக நீதிமன்றத்தில் சாட்சி சொல்ல நேர்ந்தது. பள்ளியிறுதி வகுப்புக்கான தெரிவுத் தேர்வு (செலக்ஷன்) எழுத வேண்டிய காலம் அது. நீதிமன்றத்துக்கு ஆசிரியர் பொருட்டுச் சென்ற திரு. வி. க. தெரிவுத் தேர்வு எழுதவில்லை. ஆகையால், பத்தாம் வகுப்புப் படிப்பு முடியுமுன்பே பள்ளிப் படிப்புக்கு முற்றுப்புள்ளி விழுந்துவிட்டது.

கருவிலே திருவுடைய கலியாணசுந்தரர்க்கு அந்நியர் வகுத்த கல்விமுறை முழுமையாக வாய்க்கவில்லை: அவர் ஆளுமை வளர்வதற்கு இந்தக் கல்வி முறிவு ஒருவகையில் நன்மை புரிந்தது என்றே கொள்ளவேண்டும். வெஸ்லி நிலையத்திலேயே தொடர்ந்து கற்றுப் பட்டதாரியாகியிருந்தால் அந்தக் காலத்தில் உருவான அலுவலகச் சிப்பந்திகள் பல்லாயிரவரில் ஒருவராகி

யிருக்கக் கூடும். பள்ளி விடுத்தவுடன், 'யான் வேறு மனிதனானேன். கோயில் எனக்குப் பள்ளி ஆயிற்று. தேவார, திருவாசகம் எனக்கு நூல்களாயின' என்று திரு.வி.க. குறித்திருக்கிறார்.

திரு.வி.க.வைப் பொறுத்தவரையில் கல்வி நிலையப் படிப்பு அவர் ஆளுமை வளர்ச்சியைத் தடுத்து நிறுத்திடவில்லை. ஆனால், இளைஞர் எல்லாருக்கும் இது வழியாகுமா? இளைஞர்களை நினைத்து, அவர் தம் வாழ்க்கைக் குறிப்பில் பின்வருமாறு எழுதுகிறார்: "அவருக்கு எனது பள்ளி வாழ்க்கை இலக்கியமாகுமா? ஆயின் அவ்விலக்கியத்தில் முடிவு கொள்ளற் பாலதா? தள்ளற் பாலதா? பள்ளியில் படித்து வருங்கால் மாணாக்கர் வேறு துறைகளில் கருத்துச் செலுத்தலாகாதென்று யான் அவர்க்கு அறிவு கொளுத்துவதை எனது கடமைகளுள் ஒன்றாகக் கொண்டுள்ளேன்."

கலியாணசுந்தரருக்குக் கல்வி நிலையப் படிப்பு ஓய்ந்ததே தவிரக் கல்வி ஓய்ந்துவிடவில்லை. கதிரைவேற் பிள்ளையிடம் தொடர்ந்து தமிழ் பயின்றார். ஆனால், சில கால எல்லையில் கதிரைவேலர் மறைந்தார். பின்னர் மயிலை மகாவித்துவான் தணிகாசல முதலியாரிடம் தமிழ் பயின்றார்.

கணேச சாஸ்திரியார் என்ற அறிஞர் நிகழ்த்திய வடமொழி நீலகண்ட பாஷ்யச் சொற்பொழிவுகளைக் கேட்டார். பகவத் கீதை, வான்மீகி இராமாயணம் பற்றி நடைபெற்ற சொற்பொழிவுகள் நிகழும் இடங்களுக்கு வழக்கமாகச் சென்றுவந்தார். பாம்பன் குமரகுருதாசர் நிகழ்த்திய உபநிடத வகுப்புகளுக்குச் சென்று குறிப்பெடுத்துக் கொண்டார். இவ்வாறாகத் தமிழ்க் கல்வியோடு வடமொழி நூற் கருத்துகளையும் சேர்த்துக்கொண்டார்.

சமண சமயக் கருத்துகளைப் பேராசிரியர் சக்கரவர்த்தி நயினார் போன்றவர்கள் வாயிலாக அறிந்தார். இராயப்பேட்டையில் இருந்த தென்னிந்திய பவுத்த சங்கத்தில் அந்தச் சமயக் கருத்துக்களை அறிந்துகொள்ளும் வாய்ப்பைப் பயன்படுத்திக்கொண்டார். மாணவப் பருவத்திலிருந்தே கிறித்துவ சமயநூற் கருத்துகளை ஆர்வத்தோடு கேட்டறிந்தவர், திரு.வி.க. அப்துல் கரீம் என்பவர் திருக்குரானைப் படித்துத் தமிழில் பொருள் கூறுவதைக் கேட்டு இஸ்லாமியத் தத்துவங்களை அறிந்தார்.

அந்நாளைய 'மதராஸ் டைம்ஸ்' என்ற நாளிதழில் 'ஷேக்ஸ்பியர் கிளப்' என்ற ஒரு பகுதி வெளிவந்து கொண்டிருந்தது. அதன் வழியாக ஆங்கிலக் கவிஞர்களின் கருத்துகளைக் கலியாணசுந்தரர் அறிந்துகொள்ள முடிந்தது.

ஆதி சங்கரரின் பிரம்மசூத்திர பாஷ்யத்தைத் தமிழில் தந்தவர் கடலங்குடி நடேச சாஸ்திரியர்; அவர் நூல்கள் வாயிலாக வேதாந்தம் அறிந்தார். பெசன்ட் அம்மையாரிடம் கொண்ட ஈடுபாட்டால் பிரமஞான (தியாசபி)த் தத்துவத்தில் தெளிவு பெற்றார். தம் நண்பராகிய சச்சிதானந்தம் பிள்ளையுடன் நிகழ்த்திய தத்துவ விசாரணைகள் மூலம் மேலைநாட்டுத் தத்துவத்தையும் தெரிந்து கொண்டார். சீர்திருத்தத் தலைவராக வாழ்ந்த சிங்காரவேலர் சொற்பொழிவுகள் கேட்டு ‘டார்வினியம்’ போன்ற கருத்தோட்டங்களிலும் தெளிவு பெற்றார்.

இவ்வாறு பல மொழிப் பயன்களையும், பல சமய நுட்பங்களையும், பல தத்துவ உண்மைகளையும் பெற்றுக் கலியாணசுந்தரர் கல்விநிறை சுந்தரராக மலர்ந்தார்.

வாழ்க்கை நடத்துவதற்கு ஒரு தொழில் வேண்டுமே! உறவினர் ஒருவர் தூண்டுதலால் கணக்குத் துறையில் (புக் கீப்பிங்) தேர்ச்சி பெற்றார். இந்தப் பயிற்சியால் சில ஆண்டுகள் ஸ்பென்சர் கம்பெனியில் வேலை செய்தார். தேசிய உணர்வுடைய செய்திகளை அந்தக் கம்பெனியின் ஊழியர்களிடையே படித்துக் காட்டியதால் வெள்ளையர்க்கு உரிய அந்த நிறுவனத்தில் தொடர்ந்து பணியாற்ற முடியவில்லை.

திரு.வி.க. ஸ்பென்சர் கம்பெனியில் வேலை செய்து கொண்டிருந்த சமயத்தில் வங்க மாநிலத்துத் தேசியத் தலைவர் விபின் சந்திரபாலர் சென்னைக்கு வந்து சொற்பொழிவாற்றினார். அவருடைய தேசபக்தி செறிந்த சொற்பொழிவுச் செய்திகளைக் கேட்டு உணர்ந்ததோடு, அரவிந்த கோஷ் நடத்திய 'வந்தே மாதரம்' என்ற இதழின் செய்திகளையும் திரு.வி.க. ஒழுங்காகப் படித்து வந்தார். அந்தச் செய்திகள் திரு.வி.க.வின் தேசபக்தியைக் கிளர்ந்தெழச் செய்தன. தம்முடன் பணிபுரிந்த தொழிலாளர்களிடையே அந்தச் செய்திகளைப் படித்துக்காட்டுவதை வழக்கமாகக் கொண்டிருந்தார். வெள்ளையர்களின் கம்பெனியில் இப்படி நாட்டுப்பற்றுக் கிளர்ந்தெழுவதை நிர்வாகத்தால் பொறுத்துக் கொள்ள முடியுமா? நிர்வாகத் தலைவர் திரு.வி.க.வைக் கடுமையாக எச்சரித்தார். தேசிய உணர்வுக்கு இடம் தராத நிர்வாகத்துக்குத் திரு.வி.க. பணிய விரும்பவில்லை. முற்பகலில் நிர்வாகத் தலைவரின் எச்சரிக்கை; இடைவேளைக்குப் பின் பிற்பகலில் திரு.வி.க. வேலையை உதறி வெளியேறினார்.

வேலையை விட்டு விலகின திரு.வி.க.வுக்கு உதவ விரும்பிய தமையனார் உலகநாதர், ஒரு நண்பருடன் கூட்டுச் சேர்ந்து ஓர் அச்சகம் தொடங்கினார். பெரியபுராணக் குறிப்புரை மாதம்

ஒரு பகுதியாக வெளிவரும் வகையில் திரு.வி.க. எழுதி, அந்த அச்சகம் வாயிலாக வெளியிட்டார். திருமந்திரம் என்ற சைவ சாத்திரமும் அடக்கவிலைப் பதிப்பாக வெளியிடப்பட்டது. பின்னர், இழப்புத் தாங்க இயலாத நிலையில் அச்சகத்தை மூட வேண்டியதாயிற்று. அதன் பிறகு வெஸ்லியன் பள்ளியில் ஆசிரியராகவும், தொடர்ந்து வெஸ்லியன் கல்லூரியில் தமிழ்த் துறைத் தலைவராகவும் திரு.வி.க. பணியாற்றினார்.

1917-இல் முதன் முதலாகச் சென்னை மாகாணச் சங்கத்தின் ஆதரவில் அரசியல் சொற்பொழிவாற்றினார். அதே ஆண்டின் இறுதியில் 'தேச பக்தன்' என்ற நாளிதழின் ஆசிரியராகப் பொறுப்பேற்றார். அதுமுதல் தமிழக அரசியல் அரங்கில் முதல்தர அரசியல் சொற்பொழிவாளராகத் திரு.வி.க. மலர்ந்தார்.

காங்கிரஸ் பணியிலே தம்மை மும்முரமாக ஈடுபடுத்திக் கொண்டபோதே அரசியல் எழுத்துத் துறையிலும் முதல்வராகத் திரு. வி. க. புகழ் பெற்றார். 'தேசபக்தன்' ஆசிரியப் பொறுப்பில் இரண்டரை ஆண்டுகள் அமர்ந்திருந்தார். தமிழ் இதழியலில் புதிய புதிய தமிழாக்கச் சொற்களை உருவாக்கிய பெருமை இன்றளவும் அவருக்கு உண்டு. அரசியல் மேடைகளில் தமிழ்ப் பொழிவுகள் பெருகியதற்கு அவரே தொடக்க விழா ஆற்றினார் என்றால் மிகையாகாது.

'தேச பக்தன்' நிர்வாகத்திலிருந்த செயலாளரிடம் ஏற்பட்ட கருத்து வேறுபாடு காரணமாக, அந்த நிறுவனத்தை விட்டு வெளியேறினார்.

ஏறத்தாழ ஒரே பருவத்தில் இரண்டு பெருமக்கள் திரு.வி.க.வின் ஆளுமையாக்கத்தில் தங்கள் தாக்கத்தை ஏற்படுத்தினார்கள் என்று சொல்ல வேண்டும்.

ஒருவர் சதாவதானம் நா.கதிரைவேற்பிள்ளை. தமிழப் புலமை வளமும் சமய ஞான அழுத்தமும் திரு.வி.க.விடம் கதிரைவேலரால் பெருகின. இன்னொருவர் வங்காளத்துத் தேசபக்தர் விபின் சந்திரபாலர். நாட்டுப்பற்று பீறியெழவும் அற்புதச் சொல்லாற்றலால் தமிழக அரசியல் மேடையில் நிகரற்ற தேசியத் தொண்டில் ஈடுபடவும் விபின் சந்திரபாலர் திரு.வி.க.வைத் தம்மை அறியாமலே தூண்டிவிட்டார். மொழி, சமயம், காங்கிரஸ் இயக்கம் ஆகிய துறைகளிலே இயல்பாக உள்ளடங்கியிருந்த உணர்வுகளை இந்த இருபெருஞ்சான்றோர்களும் கிளர்ந்தெழச் செய்தனர் என்று சொல்வது மிகையாகாது.

வெஸ்லியன் பள்ளியில் தமிழாசிரியராக 1901-இல் வந்த கதிரைவேலர், கலியாணசுந்தரருக்குப் பள்ளியில் மட்டுமன்றி வெளியேயும் குருநாதரானார். 1907-இல் திருவல்லிக்கேணிக் கடற்கரையில் ஒலிபெருக்கிகள் இல்லாத காலத்திலேயே தேசிய முழக்கம் செய்த விபின் சந்திரபாலர் இளைஞர் திரு.வி.க.வைத் தேசியத் தொண்டராக்கினார். கதிரைவேலர் மறைவுக்குப் பின் மயிலை மகாவித்துவான் தணிகாசல முதலியார் முதலிய அறிஞர்களிடம் பல வகையிலும் பல துறைகளிலும் திரு.வி.க. பயிற்சி பெற்றார். அப்படியே அரசியல் அரங்கிலும் அரவிந்தர் முதலானவர்களின் பொதுத்தொண்டின் பாங்கறிந்து கலியாணசுந்தரனார் தம்மை வளர்த்துக்கொண்டார்.

ஆசிரியர் கதிரைவேலர் சார்பாக நீதிமன்றத்தில் சாட்சியாகப் போக நேர்ந்தமையால், அதே நாளில் நடைபெற்ற தேர்வு எழுதாமல் வெஸ்லியன் உயர்நிலைப் பள்ளியை விடுத்து நீங்கவேண்டியதா யிற்று. 1917-இல் நடைபெற்ற சுயாட்சிக் கிளர்ச்சியின்போது அன்னிபெசன்ட் முதலியோர் கைது செய்யப்பட்டதை யொட்டித் தமிழ்த் துறைத்தலைவர் பதவியை விடுத்து வெஸ்லியன் கல்லூரியை விட்டு வெளியேறினார்.

'தேசபக்தன்' நாளிதழின் ஆசிரியராய் இரண்டரை ஆண்டுக் காலம் தம் எழுத்தாற்றலால் தேசியத் தொண்டாற்றினார்.

'தேசபக்தன்' ஆசிரியரான பின்னர்த் திரு.வி.க.வின் வாழ்வு முழுமையாகப் பொதுவாழ்வுக்கெனவே ஆகிவிட்டது. தம் எழுத்தாலும் பேச்சாலும் தேசியத் தொண்டு செய்வதே அவர் வாழ்வாயிற்று.

பத்திரிகை வாயிலாக நாட்டுக்கும் மொழிக்கும் திரு.வி.க. ஆற்றிய பணி 'தேசபக்த'னோடு முடிந்துவிடக் கூடாது என்று தொழிலாளர் உள்ளிட்ட பலரும் விரும்பினர். புதிய இதழ் தொடங்குவதற்குப் பக்கிங்ஹாம் கர்நாடிக் மில் தொழிலாளர்கள் தான் முதலில் பெருந்தொகை (ரூபாய் ஐயாயிரம்) வழங்கினர். தொழிலாளர்களின் கொடைக்குப் பின்னர்ச் சில நண்பர்கள் ரூபாய் ஐயாயிரம் திரட்டி வழங்கினர். தொழிலாளர்களும் நண்பர்களும் திரட்டிய பணமும் ஊக்கமும் கொண்டு சாது அச்சுக்கூடமும் 'நவசக்தி' வார இதழும் தொடங்கப்பட்டன. 22.7.1920-இல் 'தேசபக்த'னை விட்டு விலகிய திரு.வி.க. மூன்று மாதங்களில் (22.10.1920) 'நவசக்தி' ஆசிரியரானார். வாரப் பத்திரிகையாகத்

தொடங்கப்பட்ட 'நவசக்தி' சில காலம் வாரம் மும்முறை இதழாக மாறி, மீண்டும் வாரப் பதிப்பாகவே நடைபெற்றது. 1941 ஜனவரியில் திரு.வி.க.வின் 'நவசக்தி' நின்றது.

1917-இல் காங்கிரஸ் இயக்கத்தில் தீவிர ஈடுபாடு கொண்ட திரு. வி. க., 1934 வரை அந்த இயக்கத்தில் தம்மை இரண்டறக் கரைத்துக்கொண்டார். ஒரு பருவத்தில் தமிழ்நாடு காங்கிரஸ் என்றால், அதன் மும்மூர்த்திகள் 'நாயுடு, நாயக்கர், முதலியார்' ஆகியோரே என்ற நிலை நிலவியது. திரு. பி. வரதராசலு நாயுடு, ஈ.வே. இராமசாமி நாயக்கர், திரு. வி. கலியாணசுந்தர முதலியார் ஆகியோரே அந்த மும்மூர்த்திகள். கட்சிக்குள் ஏற்பட்ட கருத்து வேறுபாடுகளும் சூழ்ச்சிகளும் நாளடைவில் முதல் இருவரை இயக்கத்தை விட்டே விரட்டின; திரு.வி.க. விலகவில்லை யென்றாலும், இயக்க நிகழ்ச்சிகளில் தீவிரமாக ஈடுபடவில்லை. முதலில் காங்கிரஸ் இயக்கப் பொறுப்புப் பதவிகளிலிருந்து விலகினார்; சாதாரண உறுப்பினராக மட்டுமே இருந்தார். காங்கிரஸ் இயக்கத்தைப் பொறுப்பளவில் துறந்தாலும், நெஞ்சத்தால் இறுதிவரையில் தேசியவாதியாகவே திரு. வி. க. வாழ்ந்தார். எங்கும் என்றும் உள்ள அரசியல் கயமை, திரு. வி. க. போன்ற சான்றோரையும் விட்டுவைக்க வில்லை.

காங்கிரஸில் சேர்ந்தது 1917-இல்; ஏறத்தாழ அதே சமயத்தில் தொழிலாளர் சார்பான பணிகளிலும் திரு.வி.க. ஈடுபாடு கொண்டார். 1917இல் காஞ்சீபுரத்தில் ஒரு கூட்டத்தில் திரு. வாடியாவின் சொற்பொழிவை மொழிபெயர்த்தார். அதுமுதல் வாடியாவின் நட்பு ஏற்பட்டது. 1918 ஏப்ரல் 27ஆம் நாள் சென்னைத் தொழிலாளர் சங்கம் தொடங்கப்பட்டது. அதனை நிறுவ அரிய முயற்சி மேற்கொண்ட ஐவரில் திரு. வி. க. வும் ஒருவர். அச் சங்கத்தின் முதலணிப் பொறுப்பாளர்களில் திரு. வி. க. துணைத் தலைவரானார். இந்தியாவிலேயே தொழிலாளருக்கெனத் தொடங்கப்பட்ட முதல் தொழிற்சங்கம் 'சென்னைத் தொழிலாளர் சங்கமே' என்பது குறிப்பிடத் தகுந்த செய்தி. காங்கிரஸ் இயக்கத்தில் தளர்ச்சி காட்டிய திரு. வி. க.., தொழிலாளர் இயக்கத்தில் தம் வாழ்வின் இறுதிவரையில் நெருங்கிய தொடர்பு கொண்டிருந்தார். விடுதலைப் போரில் திரு. வி. க. சிறை செல்லும் வாய்ப்பு ஏற்படவில்லை; ஆனால், பல நேரங்களில் உயிரைப் பணயம் வைத்துத் தொழிலாளர் இயக்கங்களைத் திரு.வி.க. நடத்தினார். சென்னை மாகாண ஆளுநராக இருந்த வில்லிங்டன் திரு.வி.க.வை நாடு கடத்த முடிவு செய்திருந்தார் என்பதையும் குறிப்பிட வேண்டும்.நீதிக் கட்சியின் நாயகராகிய

தியாகராய செட்டியார் தலையிட்டு ஆளுநரை எச்சரித்து நாடு கடத்தும் திட்டத்தைக் கைவிடச் செய்தார். திரு.வி.க.வை நாடு கடத்தினால் ஏற்படும் கொந்தளிப்புக்கு அரசு ஈடு கொடுக்க முடியாது என்றும், திரு.வி.க.வை நாடு கடத்தினால் நீதிக் கட்சியின் அமைச்சரவை பதவி விலகும் என்றும் தியாகராயர் ஆளுநரை எச்சரித்தார்.

போராட்டங்களில் உயிரைப் பணயம் வைக்கவும் அயலாட்சியால் நாடு கடத்தப்படும் சூழ்நிலைக்கு ஆளாகவும் தயங்காதவர், திரு.வி.க.; விடுதலைப் போராட்டத்தில் அரசியல் கைதியாகத் திரு.வி.க. சிறை செல்லவில்லை என்பதை இந்தப் பின்னணி கொண்டு காண வேண்டும். மற்றொரு குறிப்பையும் இங்கே குறிப்பிட வேண்டும். அன்னிய ஆட்சி நிர்வாகம் திரு.வி.க.வைச் சிறைப்படுத்தவில்லை. 1947-இல் பக்கிங்ஹாம் கர்நாடிக் ஆலைத் தொழிலாளர் பெரிய போராட்டம் நடத்தியபோது அறுபது வயதைக் கடந்துவிட்ட திரு.வி.க.வைக் காங்கிரஸ் ஆட்சி வீட்டுக் காவலில் வைத்தது. ஆம், வீட்டையே சிறைச்சாலையாக்கியது.

திரு.வி.க.வின் பொதுவாழ்வையே தமிழ்நாடும் தேசியமும் கண்டன; அவர் பணியின் பயனைத் துய்த்தன. ஆனால், அவருடைய ஆளுமை பக்குவப்பட்டது எப்படி என்பதை வெளியுலகம் பெரிதும் கருதிப் பார்ப்பதில்லை.

பாலப் பருவத்திலிருந்து வாழ்வின் இறுதிக் கட்டம் வரையில் திரு.வி.க.வைப் பாதுகாத்துப் பேணியவர் தமையனார் திரு.வி.உலகநாதனார். இவர் பணி பற்றி முன்னரே குறிக்கப்பட்டுள்ளது.

மழலைப் பருவத்திலிருந்து கட்டிளங்காளைப் பருவம் வரையில் முரடராகவே இருந்தவர் திரு.வி.க.; ஆனால், அவரை ஆரவார அரசியல் உலகம் 'சாது முதலியார்' என்று வருணித்தது. 'இராயப்பேட்டை முனிவர்' என்றும் 'வேம்படி முனிவர்' என்றும் உலகம் அறிந்த தமிழ்த் தென்றலாக அவரை மாற்றிய சக்தி எது?

திரு.வி.க. தம் இருபத்தொன்பதாம் வயதிலே திருமணம் செய்துகொண்டார். சாமியாராகிவிடுவார் என்று இராயப்பேட்டையே கணித்துக்கொண்டிருந்தது. இயற்கை வாழ்வு முறையை எல்லாருக்கும் பரிந்துரை செய்தவர் திரு.வி.க.; அவர் திருமண வாழ்க்கையை வெறுத்தவரில்லை. 'யான் ஏழை; ஏழ்மையை விரும்பும் பெண்ணே எனக்கு மனைவியாதற்கு உரியவள்', என்று தம் கருத்தை ஒரு சமயம் தெரிவித்தார். கடைசியில்,

இளமைப் பருவத்திலேயே பெற்றோரை இழந்து, பெரியப்பாவால் வளர்க்கப்பட்ட கமலாம்பிகை அம்மையாரே திரு.வி.க.வின் வாழ்க்கைத் துணைவியாராகும் பேறு பெற்றார். 1912 செப்டெம்பர் பதின்மூன்றாம் நாளில் திரு.வி.க. கமலாம்பிகை திருமணம் நடந்தேறியது.

திரு.வி.க.வின் இல்லறம் இனியது, விழுமியது; குழந்தை களாகிய நன்கலன்களும் வாய்க்கப்பெற்ற சிறப்புடையதுதான். ஆனால், குழந்தைகள் வளர்ந்து வாழ திரு.வி.க.வின் வாரிசுகள் என நாடு போற்றிட – வாய்க்கவில்லை. தம் குழந்தைகளின் தோற்றமும் மறைவும் பற்றித் திரு.வி.க. பின்வருமாறு தம் 'வாழ்க்கைக் குறிப்பு'களில் எழுதியுள்ளார்: "எங்கள் இருவர் அன்பு வாழ்க்கையில் முகிழ்த்த அமிழ்த முளைகள் இரண்டு. ஒன்று ஆண்; மற்றொன்று பெண். ஆண் குழவி பிறந்த வாரத்திலேயே மறைந்தது. பெண் குழந்தை திலகவதி கண்காட்டி, முகங் காட்டி, கை காட்டி, கால் காட்டிச் சுமார் ஓராண்டு வளர்ந்தது; பின்னே இன்னுயிர் நீத்தது. சேய்ச் செல்வம் பெற்றோம்; இழந்தோம்.'

1918 செப்டெம்பரில் திரு. வி. க. வின் இல்லற விளக்கு அவிந்தது. ஆம், திரு.வி.க.வின் மனைவி அவரோடு வாழ்ந்தது ஆறே ஆண்டுகள்தான். எலும்புருக்கி நோய் கமலாம்பிகையை விழுங்கியது.

இரண்டாம் மணம் செய்துவைக்கக் குடும்பத்தவரும் பிறரும் பலவாறு முயன்றனர். திரு. வி. க. வின் இசைவு கிட்டவில்லை. கமலாம்பிகையின் நினைவு இறுதிவரையில் அவர் நெஞ்சத்தில் ஆழமாகப் பதிந்திருந்தது. கமலாம்பிகையார் மறைந்து இருபத் தைந்தாண்டு கழிந்தபின் திரு.வி.க. அறுபது வயதைக் கடந்தபின்: தம் வாழ்க்கைக் குறிப்பில் அந்தக் குடும்ப விளக்கைப் பற்றிக் கனிவோடும் கனிந்த காதலோடும் தந்துள்ள குறிப்புகள் உலக இலக்கிய அரங்கிலே இடம் பெற வேண்டியவை.

கமலாம்பிகையாரே திரு.வி.க.வின் முரட்டுத் தனத்தை மாற்றித் தமிழ்த் தென்றல் என ஆக்கியவர். பொதுப்பணிக்கே படைக்கப்பட்ட திரு.வி.க.வுக்குக் குடும்பப்பாசம் வந்துவிடக் கூடாது என்றுதான் மனைவி மக்களை அவரிடமிருந்து. இறையருள் பிரித்துவிட்டதுபோலும். திரு.வி.க.வே இந்தக் கருத்தையும் தெரிவித்திருக்கிறார். கமலாம்பிகையார் போன்ற மாதர் குல விளக்கு இருந்திருந்தால் உலகம் இன்னொரு கஸ்தூரிபாவைக் கண்டிருக்கும்.

1943ஆம் ஆண்டில் திரு. வி. க. எவ்வளவோ தடுத்துப் பார்த்தும், அன்பர்கள் அவருடைய மணிவிழாவை - அறுபதாண்டு நிறைவை ஆர்வத்தோடு கொண்டாடினார்கள். தமிழகத்தில் எல்லாப் பத்திரிகைகளும் சிறப்பு மலர்கள் வெளியிட்டன.

மணிவிழாவுக்குப் பின் பத்து ஆண்டுகள் வாழ்ந்தார். ஏராளமான நூல்கள் எழுதியவர்; அரசியல் பெருந்தலைவர்; தலைவர்கள் யாவராலும் போற்றப்பட்டவர்; தொழிலாளர் இயக்க நாயகர்; நாடெங்கும் சுழன்று சுற்றிச் சுற்றி ஓயாமல் சொற்பொழிவுகள் பல துறைகளிலும் ஆற்றியவர். ஆனால், சொந்தமான வீடு இல்லை. அவர் பெயரால் வங்கிக் கணக்கு இருந்ததில்லை. காலில் செருப்பு அணியார்; எளிய கதராடையே அவர் அணிந்தது ஒரு நாலு முழ வேட்டி, சட்டை; சில வேளைகளில் இவற்றுடன் ஒரு மேலாடை - இவ்வளவுதான். கடைசிவரை எளிய வாழ்க்கை. சர்க்கரை நோய்க்கு இரையான திரு. வி. க. வாழ்வின் இறுதியாண்டுகளில் கண் பார்வையையும் இழந்தார். முதுமையாலும் நோயாலும் தளர்ந்தபோது கண் பார்வையையும் இழந்தபோது வாடகை வீட்டிலும் இருக்க முடியவில்லை. தமிழகத்தின் பொதுவாழ்விலே புரட்சி பல கண்டு செல்வாக்கோடு வாழ்ந்தவர். வில்லிங்கடன் போன்ற வல்லாளராலும் அச்சுறுத்தப்பட முடியாத ஒரு பெரு நாயகர். எழுத்தாலும் பேச்சாலும் எல்லாரையும் கவர்ந்திழுத்த காந்த மலை கடைசியில் ஒரு வாடகை வீட்டில் தம் எழுபதாவது வயதில் உடலை நீத்து மறைந்தது.

படிப்பால் இமயம்; பண்பால் குளிர் தென்றல்; பணியால் திருநாவுக்கரசர். சுருங்கச் சொன்னால், தமிழகம் கண்ணாரக் கண்ட ஒரு காந்தி, பல சாரார்க்குப் படிப்பினை நிறைந்த வாழ்க்கை, இன்று அவர் வழங்கிய நூல்களில் ஒளிமயமாய் வாழ்கிறது.

3. பல திறத் தொண்டு

'என் கடன் பணி செய்து கிடப்பதே' என்பது திருநாவுக்கரசரின் திருவாக்கு, இதுவே திரு.வி.க.வின் வாழ்வின் ஊடும் பாவுமாய்ப் பதிந்திருந்த இலச்சினை மொழி.

தமிழ் மொழியை வளப்படுத்திய எழுத்தாளர்; சொற்பொழிவாளர்; தேசியத் தொண்டாற்றிய அரசியல்வாதி; மக்களுக்கு வழி காட்டிய பத்திரிகை ஆசிரியர்; சமூக சீர்திருத்தத் தொண்டர்; பெண்ணுரிமை பேணிய பெருந்தகை; தொழிலாளர் இயக்கம் கண்ட தொழிற்சங்கவாதி; இளைஞர்களின் வழிகாட்டி: முதியவர்களுக்கு ஊன்றுகோலாய் விளங்கியவர்; முரண்பாடுகளுக்கே பெயர்போன சமய/தத்துவ அரங்கிலே ஒரு சமரசவாதி. இப்படிப் பல திறங்களில் திரு.வி.க.வின் வாழ்க்கை பொலிவுற்று விளங்கியது.

நூல்கள் எழுதுவோரும் மேடை ஏறிச் சொற்பொழிவுகள் ஆற்றுவோரும் செல்வாக்கோடு செல்வமும் சேர்த்துச் செழிப்போடு வாழ்வதைக் காணுகின்றோம். திரு.வி.க. செல்வாக்கோடு வாழ்ந்தவரே; ஆனால், செல்வாக்கைச் செல்வம் சேர்க்கப் பயன்படுத்தவில்லை. திரு.வி.க. பெற்றிருந்த செல்வாக்கை எண்ணிப் பார்த்தால், பொதுவாழ்க்கையிலே அவர் பெற்றிருந்த மதிப்பைக் கருதிப் பார்த்தால் மிகப் பெருஞ் செல்வத்தை அவர் சேர்த்திருக்க முடியும் என்ற எண்ணம் எழும். ஆனால், பொருட் செல்வம் அவருக்குக் கிடைக்கவில்லை. 'கிடைக்கவில்லை' என்று சொல்வதைவிட, அவர் அதைத் தேடவில்லை. நாடவில்லை என்றுதான் சொல்ல வேண்டும். தம் வாழ்வில் அந்தண்மைச் செல்வம்' வாய்த்தது என்று அடிக்கடி சொல்லுவார். 'அந்தணர் என்போர் அறவோர் மற்று எவ்வுயிர்க்கும் செந்தண்மை பூண்டு ஒழுகலான்' என்ற குறளின்படி அவர் அந்தணராக வாழ்ந்தார்.

வாழ்க்கை நடத்துவதற்குப் பணம் வேண்டும்; அதற்கென ஒரு தொழில் வேண்டும். திரு.வி.க. ஓர் இதழாளர், எழுத்தாளர். இந்த நிலையிலே அவர் காலத்தில் வளமாகப் பணம் சேராது, சேரவில்லை. எழுத்தாளர் என்ற வகையிலே வந்த

சிறுவருமானத்தைக் கொண்டு எளிய வாழ்க்கையே நடத்தினார். அப்படித்தான் வாழ வேண்டும் என்பதிலும் இறுதிவரை உறுதியாக இருந்தார். அவர் முயன்றிருந்தால் செல்வம் சேர்த்திருக்க முடியும்; ஆனால், சேர்க்கவில்லை; தானே வரும் சிறு பொருளும் அவரிடம் தங்கியதில்லை. ஒரு சிறிது பணமோ வேறு பொருளோ வந்து சேரின் அதனைப் பெற்றுச் செல்ல எவரேனும் ஏற்கெனவே முளைத்துக் காத்திருப்பர். இந்தச் சூழ்நிலையைத் திரு.வி.க. தம் வாழ்க்கைக் குறிப்புகளில் பல இடங்களில் குறிப்பிட்டுள்ளார். பொருள் சேரின் மாசற்ற தொண்டு வாழ்க்கைக்கு இடையூறாக முடியும் என்பது அவர் கருத்து. "என்மாட்டுப் பொருட்செல்வம் குவிந்திருந்தால், என் வாழ்க்கை தொண்டுச்செல்வத்தை அடைந்திருக்குமோ என்னவோ, தெரியவில்லை. என்பால் தொண்டுச்செல்வம் பெருகுமாறும், பொருட்செல்வம் பெருகாதவாறும் அருள் சுரந்த இயற்கை இறையை வாழ்த்தல் வேண்டவா? அது வாழ்க" இவ்வாறு பொருட் செல்வம் சேரவொட்டாது தொண்டுச் செல்வமே வாய்க்கச் செய்தது திருவருட் குறிப்பெனக் கொண்டு, அதன்பொருட்டு நன்றி செலுத்துகிறார், தொண்டர் நாயகராகிய திரு.வி.க. பொருட்செல்வம் சேராமல் அருளிய இறைவனே, தமக்கு மனைவியும் மக்களும் நெடிது இராமல் செய்ததாகக் கருதுகிறார். தொண்டிலேயே வாழ்வு கழிந்து கனிய வேண்டும் என்று திருவருள் குறித்ததனால்தான் ஆருயிர்த் துணைவியாரும் குழந்தைகளும் மிக விரைவிலேயே மறைந்துவிட்டனர் என்கிறார், இந்த வெள்ளை வேட்டித் துறவி.

அவர் பின்வருமாறு எழுதுவது மனங்கொள்ளத்தக்கது: "மனைவி மக்கள் ஒரு பெருஞ்செல்வம். அச்செல்வமாதல் என் வாழ்க்கையில் நிலைத்ததா? இல்லையே. யான் சொந்த நிலையமும் இல்லாதவன். வாழ்க்கைக்கு ஏதேனும் ஒரு செல்வம் தேவை. எச்செல்வமும் பெறாத வாழ்க்கை வாழ்க்கை யாகாது. என் வாழ்க்கை ஏதேனுஞ் செல்வம் பெற்றதா? என் வாழ்க்கை ஒரு வகைச் செல்வம் பெற்றது. அது தொண்டுச் செல்வம்."

ஆக, பொருட்செல்வம் பெருகாதவாறு அமைந்தது திருவருட்செயல்; மனைவி மக்களை இழந்தது திருவருட்செயல்; இவ்வாறு இறையருள் வாய்த்தது தொண்டு செய்வதற்காகவே. இந்த நம்பிக்கையும் விளக்கமும் திரு.வி.க.வின் வாழ்க்கை இயலைத் தெளிவாக்குகின்றன.

தொண்டு செய்வது என்று துணிந்து பொதுவாழ்வரங்கிலே இறங்குவோருக்குக் காத்திருக்கும் துறைகள் பல. தொழில் செய்வதற்குத் தகுதிகள் வேண்டும். அதுபோலவே தொண்டு

செய்வோருக்கும் தகுதிகள் வேண்டும். திரு. வி. க. பல துறைகளில் தொண்டாற்றியவர் என்பதை முன்பே அறிந்தோம். துறைதோறும் அவர் ஆற்றிய தொண்டு பற்றிச் சுருக்கமாக அறிந்துகொள்வது முறை.

ஒரு நாடு அல்லது இனம் விழிப்புற வேண்டுமென்றால், அந்த நாட்டு/ இனத்து மக்கள் அறிவிலே தெளிவுடையவர்களாய் இருக்க வேண்டும். அயல்மொழியின் துணை கொண்டு இந்த ஆக்கப் பணியை வெற்றிகரமாகச் செய்ய முடியாது. மேட்டுக்குடிப் பெருமக்கள் ஆங்கிலத்தைக் கொண்டு அரசியலை நடத்திய வரையில் விடுதலைப் போர், மக்கள் சக்தியாகக் கிளர்ந்தெழவில்லை. தேசிய விடுதலைப் போரில் காந்தியடிகள் செய்த மாறுதலால் அந்தந்த வட்டார மொழிகள் அரசியல் மேடைகளிலே இடம்பெற்றன; அதனால், நாட்டின் மூலை முடுக்கெல்லாம் விடுதலைப் போராட்டம் மக்கள் இயக்கமாகப் பரவிப் பொங்கியதை இந்த நாடு கண்டது. தமிழகத்தைப் பொறுத்த வரையில் இந்த ஆக்கப் பணியின் முன்னோடியாக முன்னணித் தொண்டராக அமைந்தவர், திரு. வி. க. தம் எழுத்தாலும் பேச்சாலும் தமிழரிடையே விழிப்புணர்வோடு வீரமும் விளையச் செய்தார்.

ஆசிரிய பீடத்தில் அமர்ந்து, வீரம் செறிந்த தலையங்கங்களையும் கட்டுரைகளையும் எழுதினார்; இவ்வகையில் அவருக்குக் கருவியாகத் 'தேசபக்த'னும் 'நவசக்தி'யும் பயன்பட்டன. அந்தக் காலத்துத் தமிழ் இதழ்கள் பெயரளவில் மட்டுமே தமிழை ஏற்றிருந்தன என்று சொல்ல வேண்டும். ஆங்கிலமும் வட மொழியும் பெரிதும் விரவி வர, தமிழ்ச் சொற்களைப் புறக்கணித்து ஒதுக்குவதே அந்தக் காலத்துப் பத்திரிகை உலகின் பழக்கமாக இருந்தது. ஆங்கிலமும் வடமொழியும் தடையின்றி விரவி வர எழுதுவதே அன்றைய பத்திரிகை நடையாக இருந்தது. இந்தக் கலவை நடையை நல்ல தமிழ் நடையாக மாற்றிய முதற்பெருமை திரு. வி. க. வையே சாரும். அவருடைய உரைநடையிலே வடமொழி மிகச் சில இடங்களில் காணப்படினும் தமிழ்மொழியின் பெருமிதமும் தனிநிலையும் பேணிடும் வகையிலேயே திரு. வி. க. வின் தமிழ் நடை அமைந்தது.

சுப்பிரமணிய சிவா என்ற ஒப்பற்ற தேசபக்தர் காலத்துத் தமிழ்ப் பத்திரிகைகளில் முதல் சுதேசமித்திரன் வரிசையிலிருந்தது 1.அந்த நாளிதழின் நடைபற்றி எழுதும்போது அவர், "தமிழ் ஜனங்களுக்குச் 'சுதேசமித்திரன்' அறிவைப் பரப்புகிறதா? அல்லது ஆங்கில பாஷையைப் பரப்புகிறதா? சுய பாஷையை ஆதரிக்காத பத்திரிகைகள் சுயதேசத்தை எங்ஙனம் முன்னேற்றத்துக்குக் கொண்டுவரப் போகின்றனவோ?" என்று குறித்துள்ளார்.

இந்த அவல நிலையைப் போக்கி நல்ல தமிழில் எழுதியவர் திரு.வி.க.வே என்பதில் ஐயமில்லை.

இந்தச் சூழ்நிலையில் தம் எழுத்துப் பணியின் பங்கு பற்றித் திரு.வி.க.வே தம் வாழ்க்கைக் குறிப்பில் பின்வருமாறு குறிப்பிட்டுள்ளார்: "அந்நாளில் நாட்டு மொழிப் பத்திரிகைகளில் அயல்மொழி நாற்றம் வீசும். அரசியல் குறியீடுகள் அந்நியத்தில் அப்படியே பொறிக்கப்படும். 'தேசபக்தன்' தமிழாக்கிய அரசியல் சொற்களும் சொற்றொடர்களும் குறியீடுகளும் இப்பொழுது பத்திரிகைகளிலும் மேடைகளிலும் பிறவிடங்களிலும் ஏற்றமுற்று அரசுபுரிதல் வெள்ளிடை மலை.... மேடைகளிற் பேசுதற் பொருட்டுத் தலைவர்கள் 'தேசபக்த'னைப் படித்ததும், தமிழாய்ந்த ஐரோப்பியப் பாதிரிமார் பலர் 'தேசபக்தன்' சந்தாதாராயதும் ஈண்டுக் குறிக்கத்தக்கன. 'தேசபக்தன்' தமிழரை அந்நிய மோகத்தினின்றும் விடுவிடுத்தான் என்று சொல்வது மிகையாகாது."

பத்திரிகைகள் வாயிலாகவும் நூல்கள் வாயிலாகவும் சொற் பொழிவுகள் வாயிலாகவும் அரசியல், சமூகம், சமயம் ஆகிய பல்வேறு துறைகளிலும் தமிழ்மொழிக்குப் புதுப் பொலிவும் வளமும் ஊட்டியவர் திரு.வி.க. அவர்தம் தொண்டு வாழ்க்கையிலே முதலிடம் தமிழ்த் தொண்டுக்கே என்று சொல்வது மிகை யாகாது. ஏன்? எத்துணைத் துறைகளில் அவர் தொண்டாற்றி யிருந்தாலும் அத்துணைப் பணிகளுக்கும் அவர் கையாண்டது தமிழ்தானே!

நெஞ்சு பொறுக்குதில்லையே இந்த நிலை கெட்ட மனிதரை நினைந்துவிட்டால்' என்று வேதனைப்பட்டார் சுப்பிரமணிய பாரதியார். அதே வேதனை திரு.வி.க.வுக்கும் உண்டு. ஆதலால் தான் தமிழாசிரியப் பணியை உதறிவிட்டுப் பொதுநலப் பணிக்கே தம் வாழ்வை ஒப்படைத்தார்.

தமிழ்நாட்டில் சங்கங்கள் ஆக்கம் பெறாமைக்குக் காரணங்கள் இவை எனத் தம் வாழ்க்கைக் குறிப்பில் தருகிறார். அவையே நாட்டில் பொதுநலம் ஆக்கம் பெறாமைக்கும் காரணங்கள் என்று சொல்லலாம். அவர் எழுதுகிறார்: "காரணங்களை எடுத்துக் காட்டுவேன். அவை பலபட்டன. சாரத்தை இங்கே பிழிகிறேன். சாரமானவை: சங்கங்களையெல்லாம் ஒருமைப்படுத்திக் காக்க வல்ல ஒரு தாய்ச் சங்கமின்மை, பல கலைகளை விடுத்து வெறும் இலக்கிய இலக்கண ஏடுகளைக் கட்டி அழுதல், உள்ளாட்டம் - வெளியாட்டம் ஆடல், பாடல், சிலம்பம், சிற்றுண்டி முதலியன இன்மை, வகுப்புப் பிணக்கு,

தமிழ் பயின்றவருள் பெரும்பான் மையோர் பிற்போக்கராயிருத்தல், நாட்டுப்பற்றின்மை, கருத்து வேற்றுமைக்கு மதிப்பளியாமை, பொறாமை, பிடிவாதம், கால தேச வர்த்தமானத்துக்கேற்ற முறைகளை மேற்கொள்ளத் தயங்கல், தன்னலம், பொறுமையின்மை, ஊக்கமின்மை முதலியன.”

இந்தக் கணிப்பிலிருந்து திரு.வி.க.வின் திருப்பணி மையம் எவ்வாறு அமைந்தது என்பதைத் தெரிந்துகொள்ளலாம்.

தமிழ்த்தொண்டுக்கு அடுத்ததாகத் திரு.வி.க.வின் தொண்டு வாழ்க்கையில் இடம்பெறுவது அரசியல் தொண்டே

இளமைப் பருவத்திலேயே திரு.வி.க.வுக்கு அரசியலில் ஆர்வம் இருந்தது. ஸ்பென்சர் கம்பெனியில் வேலை பார்த்துக் கொண்டிருந்தபோது தொழிலாளரிடையே பத்திரிகைச் செய்திகளைப் படித்துக் காட்டி அரசியல் விழிப்புணர்வூட்டுவதை வழக்கமாகக் கொண்டிருந்தார். விபின் சந்திரபாலரின் கருத்துகளை இவ்வகையில் பரப்பியதே கம்பெனி நிர்வாகிகளின் வருத்தத்திற்குக் காரணமாயிற்று. மிக விரைவிலேயே திரு.வி.க.வின் இந்த அரசியல் ஆர்வத் தொண்டு, வெள்ளையர் கம்பெனியிலிருந்து அவரை வெளியேறச் செய்தது. பின் சிறிது காலம் தமிழாசிரியப் பணியில் இருந்தாலும், அவருள் கனன்றுகொண்டிருந்த அரசியல் ஆர்வம் அந்தத் தமிழாசிரியப் பணியிலிருந்து விடுவித்துத் ‘தேசபக்தன்’ ஆசிரியப் பீடத்தில் அமர்த்தியது. 1917 டிசம்பர் மாதத் தொடக்கத்தில் ‘தேசபக்தன்’ ஆசிரியரானதிலிருந்து திரு.வி.க.வின் அரசியல் பணி தீவிரமாகியது. வாழ்வின் கடைசிப் பகுதியில் அவர் காங்கிரஸ் கட்சி உறுப்பினராக இல்லையென்றாலும், இறுதிவரையில் அப்பட்டமான தேசியவாதியாகவே இருந்தார்.

அவருடைய எழுத்துப் பணியாலும் பேச்சுப் பணியாலும் தமிழகத்தில் காங்கிரஸ் வலிமை பெற்றது; மக்களிடையே குறிப்பாகத் தொழிலாளரிடையிலும் இளைஞரிடையிலும் காங்கிரசின் செல்வாக்கு ஓங்கியது. இன்றும் அவருடைய நூல்களில் உள்ள சொற்பொழிவுக் கட்டுரைகளிலேயும் தலையங்கக் கட்டுரைகளிலேயும் அவர் ஆற்றிய அரசியல் தொண்டின் சிறப்பினை உணர முடியும்.

அரசியல் அரங்கில் செல்வாக்குடையவராக வாழ்ந்தார் என்பதைவிடத் திரு.வி.க. சொல்வாக்குடையவராகச் சீரிய பணியாற்றினார் என்று சொல்வதே பொருத்தமாக இருக்கும். அவர் காங்கிரசின் எந்த வகையான உயர்பதவியிலும் அமர்ந்து செல்வாக்கைப்

பெருக்கிக் கொண்டதில்லை. பண்பாட்டையே பெரிதாகப் போற்றியதால் அவர் தம்மைச் சுற்றியிருந்து புகழ்பாடும் கூட்டத்தை உருவாக்கிக்கொண்டதில்லை. பண்பாடும் அதற்கு அடிப்படையான அன்புமே அவருடைய ஆளுமையின் ஆணி வேராகும். கருத்து வேறுபாட்டை மதிக்க வேண்டும் என்ற எண்ணமும் அவருக்கு என்றும் இயல்பாக இருந்தது. ஆதலால், எல்லாக் கட்சியினிரிடையிலும் அன்பைப் பெற்றார். ஆனால், எந்த ஒரு கட்சியிலும் தலைமைச் செல்வாக்கைப் பெற்று வளர முடியவில்லை. அதற்கான முயற்சிகளிலும் அவர் ஈடுபடவில்லை. 'என் கடன் பணி செய்து கிடப்பதே' என்ற இலச்சினையை பொறித்துக்கொண்டவருக்குப் பதவி ஏணிப்படிகள் நினைப்பிலே தென்படவில்லை. அடிமை இந்தியாவின் கைவிலங்கு உடைத்திடுவதற்கு வேண்டிய தென்பும் தீரமும் ஊட்டுவது ஒன்றே அக்காலத்து அரசியல் பணியாக இருந்தது. அந்தப் பணிக்கே தம் வாழ்நாளின் சிறந்த பகுதியினை ஒதுக்கித் தொண்டாற்றியவர் திரு. வி. க. ஆவார். 'கை' உருவாக்கிய எழுத்தாலும் நா உருவாக்கிய பேச்சாலும் காங்கிரசுக்கு அவர் ஆற்றிய நற்பணியின் திறத்தை இன்றளவும் கணித்தறிந்து காங்கிரஸ் உரிய முறையில் தன் வரலாற்றில் பதிவு செய்யவில்லை என்பது வருத்ததுக்கு உரிய ஒன்று.

"இமயம் முதல் கன்னி (குமரி முனை) வரை நீண்டிருப்பது பாரதம். 'இம சேது பரியந்தம்' என்னும் வழக்கையும் நோக்குக. இமய வாடையும் பொதிகைத் தென்றலும் பரதத்தில் மண்டி இயற்கை ஒருமைப்பாட்டை வளர்த்து வருகின்றன" என்ற அவருடைய மொழியிலிருந்து பிரிவினைக்கு இடம் கொடாத ஒன்றுபட்ட பாரதத்தையே அவர் போற்றினார் என்பது தெளிவாகும்.

திரு. வி. க. வின் அரசியல் கோட்பாட்டையும் பொருளாதாரக் கோட்பாட்டையும் இணைத்தே காணுதல் வேண்டும. அரசியல் பணியில் ஈடுபட்ட தொடக்கத்திலேயே தொழிலாளர் இயக்கத்திலும் அவர் ஈடுபட்டவர் என்பதை நினைவிலே கொள்ள வேண்டும்.

பொருளாதாரக் கோட்பாட்டைப் பொறுத்தவரையில் அவருக்கு மார்க்சியம் பெரிதும் கவர்ச்சியுடையதாக இருந்தது. ஆனால், கடவுள் மறுப்பையும் வன்முறைப் போராட்டத்தையும் திரு. வி. க. ஏற்கவில்லை. தேசபக்தி போலவே தெய்வ பக்தியும் இன்றியமையாதது என்பது அவர்கருத்து. "சமதர்மத்தை விஞ்ஞான முறையால் ஒழுங்குபடுத்தி உலகுக்கீந்த பெருமை காரல் மார்க்சுக்கு உண்டு" என்று மார்க்சியத்தைப் போற்றுகின்றார்.

அதே சமயத்தில், "மார்க்சியம் உள்ளவாறே நமது நாட்டில் நுழைந்து நின்று வளராது" என்று அவர் குறிப்பிடுகின்றார். முதலாளி இனம், தொழிலாளர் இனம் என்ற இரண்டு இனங்களும் ஒருமைப்படுவதிலேயே நாட்டின் முன்னேற்றம் உருவாகிறது என்று நம்பியவர் திரு.வி.க. மார்க்சின் பொருளாதாரக் கோட்பாடும் காந்தியடிகளின் அஹிம்சைக் கோட்பாடும் இணைய வேண்டும் என அவர் விரும்பினார். இந்த இணைப்பைப்பற்றி அவர் தெரிவித்துள்ள கருத்துரை நம் மனத்திலே பதிய வைக்கத்தக்கது.

"ஈரினம் எளிதில் ஓரினமாகுமா? ஆயினால் நல்லதே. இல்லையேல் புரட்சி எழும். புரட்சி அறவழி நிகழ்தல் வேண்டும். எக்காரணம் பற்றியும் புரட்சி மறவழி நிகழ்தலாகாது. காந்தியம் நமக்கு நல்வழி காட்டியுள்ளது. அஃது அந்நிய ஆட்சியை எப்படித் தொலைத்தது? அஹிம்சையாலன்றோ தொலைத்தது? அந்த அஹிம்சையையே ஈரினத்தை ஓரினமாக்குதற்குங் கோடல் பொருத்தம். அஹிம்சையே இந்திய தருமம். அதற்குக் கேடு சூழலாகாது.

"ஈரினம் ஒழிந்த சமதருமத்தை இந்நாளில் விஞ்ஞான முறையில் அறிவுறுத்தியவர் காரல் மார்க்ஸ். அம் மார்க்சியமும் நம் காந்தியமும் ஒன்றிக் கடனாற்றினால் இந்தியத் தருமத்தைக் காத்தல் கூடும். இரண்டுங்கலந்த ஒன்றே நமது நாட்டுக்குத் தேவை என்று பல ஆண்டாக யான் வலியுறுத்திவருவது நாட்டவர்க்குத் தெரியும்.

'மார்க்ஸியமும் காந்தியமும் சேர்ந்த ஒன்றையே யான் சன்மார்க்கம் என்று பேசியும் எழுதியும் வருகிறேன்."

அயலவர் ஆட்சியிலிருந்து விடுதலை பெறுவதற்கு அரசியல் தொண்டாற்றிய திரு.வி.க., வெறும் அரசியல் விடுதலையே முழு விடுதலையாகாது என்று உறுதியாகச் சொல்லி வந்தார். 1947-இல் அடைந்த அரசியல் விடுதலையை 'ஒருவித விடுதலை' என்றே குறிக்கிறார். முழு விடுதலை என்பது அரசியல் விடுதலையோடு பொருளாதார விடுதலையும் இணைந்த பிறகே மலரும் என்பது அவர் நம்பிக்கை. 'இந்தியாவும் விடுதலையும்' என்ற நூலின் இரண்டாம் பதிப்பு 1947-இல் வெளிவந்தபோது இதை முழு விடுதலை இல்லையென்றே கருத்துரைத்திருக்கிறார். மார்க்ஸியத்தளவில் உலகம் நின்றுவிடாது எனவும் மார்க்சியத்தோடு காந்தியமும் இனிய வேண்டும் அப்போதுதான் 'முழு விடுதலை' என்ற நிலை மலரும் எனவும் அவர் கருதுகிறார். இந்த முழு விடுதலைத் தத்துவம் மலர இந்தியாதான் வழிகாட்ட வேண்டும் என்ற தம் விருப்பத்தைத் தெரிவித்திருக்கிறார். அதற்கு அரசியல் விடுதலையோடு சமதர்மத்தை ஏற்கின்ற -

மார்க்சியத்தை ஏற்கின்ற - பொருளாதார விடுதலையை இந்தியா பெற வேண்டும் என்கிறார். மார்க்சியமும் காந்தியமும் இணைய வேண்டும் என்று அவர் கொண்டுள்ள நம்பிக்கைக்கு இவ்வாறு காரண விளக்கம் தந்திருக்கிறார். பாரத நாடு உலகத்துக்கு வழி காட்டும் என்று மகாகவி பாரதி முதலியோர் தெரிவித்துள்ள கருத்துக்குத் திரு. வி. க. தரும் ஒரு திட்டம் என்று இதனைக் கொள்ளலாம்.

மக்களாட்சி வளர்வதற்கு ஒரே வித அரசியல் கட்சி நிலவுதல் கூடாது; ஏனெனில், அது ஆதிக்க அரசியலாய் மக்களாட்சித் தத்துவத்தையே மாய்த்துவிடும். இவ்வாறு கருதுகின்ற திரு.வி.க., வாக்குரிமை பற்றித் தந்துள்ள ஓர் எச்சரிக்கையை எளிதில் புறக்கணித்துவிட முடியாது. "ஜனநாயக ஆட்சி மக்களின் வாக்கி னின்றும் எழுந்து அமைவது. ஆட்சிக்கு மூலமாயிருப்பது வாக்கு. வாக்கு, தூய உரிமையினின்றும் எழும் தெய்வீகமுடையது.... அவ் வாக்கை நல்வழியில் செலுத்த வேண்டுவது மக்கள் கடமை. அது வேறு வழியில் செலுத்தப்படின், ஜனநாயகம் போலியாய், நஞ்சாய் நாட்டை எரிப்பதாகும்.... முழு விடுதலைக்குப் பலப் பல இயல்புகள் தேவை. அவற்றுள் ஒன்று வாக்குரிமையை நல்வழியிற் செலுத்துவது... நமது நாட்டில் பெரிதும் சாதி மத வெறிகளும், பணம், தயை தாட்சண்யம் முதலிய மாயைகளும் வாக்காய்ப் பரிணமித்துச் சட்டசபைகளாதல் வெள்ளிடைமலை. போதிய கல்வியறிவு, அரசியல் ஞானம் முதலியன வாய்க்கப்பெறாத மக்கள் வாக்கு எங்ஙனம் உரிமையுணர்வினின்றும் எழும்? இந்நாளில் வயதுற்றவரெல்லாருக்கும் வாக்குரிமை கிடைத்துள்ளது. இது போற்றுதற்குரியதே. ஆனால், 'வாக்குரிமை நாட்டில் செந்நெறியில் செலுத்தப்படுமா?' என்று அறிஞர் உலகம் ஐயுறுகிறது.

வாக்காளர்க்குக் கல்வியறிவும் செம்மையான அரசியல் ஞானமும் தேவை. இல்லையெனில், சாதி, மத வெறியும் பணங் கொண்டு விலை பேசும் வாணிபமும் தரங்கெட்ட சட்டசபைகளும் உருவாகும் என 1947ஆம் ஆண்டிலேயே எழுதியிருக்கிறார். வாக்காளரிடையே தெளிவு ஏற்படுத்தாவிடில் என்ன நேரிடும் என்பதை அவருடைய தொலையுணர்வு அப்போதே தெளிவாகக் கண்டிருக்கிறது; "வாக்காளர் சிந்தை அரசியல் பொதுமையிற் செல்லுமாறும் சாதி - மதம் - பணம் - தயை - தாட்சண்யம் முதலிய மாயைகளில் செல்லாதவாறும் காக்க வல்ல கல்வியும் அரசியல் ஞானமும் அவர்க்குத் தேவை. இத்தேவையை நிறைவு செய்யக் காங்கிரஸ் முயல்வது நல்லது. வாக்காளர் மனோநிலை சீர்படக் காங்கிரஸ் பிரசாரம் செய்வதாக; ஆங்காங்கே அரசியற் பள்ளி அமைத்து மக்களுக்குப் போதனை

செய்வதாக. காங்கிரஸ் தன் கடனை இத்துறையில் ஆற்றாதொழியின், சட்டசபைகளில் தேள் பாம்பு கரடி புலி முதலியன உலவுதல் நேரும்.'' *1947-இல்* திரு.வி.க. தந்த எச்சரிக்கை இது.

ஆக, திரு.விக.வின் அரசியல் தொண்டு விடுதலைக் கிளர்ச்சிக்கு மட்டுமன்றி, முழு விடுதலை காணுதற்குரிய வழி வகுப்பதற்கும், முழு விடுதலை முயற்சியின்போது ஏற்படக்கூடிய தடைகளைச் சுட்டுவதற்கும் தடைகளை நீக்கி வெற்றி பெறுவதற்குச் செய்ய வேண்டியதை விளக்குவதற்கும் பயன்பட்டது என்பதை அறியலாம். அவருடைய அரசியல் தொண்டு, எழுத்து வடிவில் இருந்து தொடர்வதால், இன்றும் திரு. வி. க. வின் அரசியல் பணி தொடர்கிறது என்பதையும் நினைவிலே கொள்ள வேண்டும்.

திரு. வி. க. வின் அரசியல் தொண்டும் தொழிலாளர் இயக்கத் தொண்டும் பிரித்தறியக் கூடாதவை. "அரசியல் விடுதலை மட்டும் மக்களுக்குப் பொருளின்பம் வழங்காது. அரசியல் விடுதலையால் பணக்காரர் ஆட்சி வலுத்தே நிற்கும். பணக்காரர் தமது நலங் கருதி மக்களிடைச் சாதி மதப் பூசல் முதலியவற்றை மூட்டி மூட்டிப் பிணக்கை வளர்த்தே வருவர். ஆதலின், அரசியல் விடுதலையுடன் பொருளாதார விடுதலையும் பெறுதல் வேண்டும்'' என்று தெளிவாகத் திரு.வி.சு. தம் 'இந்தியாவும் விடுதலையும் என்ற நூலிலே எழுதியுள்ளார்.

ஆகையால்தான், காங்கிரஸ் சார்பாகப் பிரசாரத்துக்குச் சென்ற போதெல்லாம் தொழிற்சாலை உள்ள இடங்களில் தொழிலாளர் இயக்கத்தைப் பற்றிப் பேசி, ஆங்காங்கே தொழிற்சங்கங்கள் தோன்றுமாறு செய்வதை ஒரு விரதமாகக் கொண்டதாக அவர் குறித்திருக்கிறார்.

தொழிலாளர் இயக்கத்துக்கும் தமக்கும் இருந்த தொடர்பை அவர் பின்வருமாறு தெளிவுறுத்தியுள்ளார்: "எனது வாழ்க்கையைப் பெரிதுங் கவர்ந்தது தொழிலாளர் இயக்கம். அவ்வியக்கம் ஊண் உறக்கத்தைக் குலைத்தது: என்னை மெலிவித்தது. அஃது என்னைத் தன்னுள் யோகியாக்கியது என்று சுருங்கச் சொல்கிறேன்.''

தமிழ்நாட்டில் சமூக சீர்திருத்தப் பணியில் ஈடுபட்ட தலைவர்களில் திரு.வி.க.வுக்கு மிகச் சிறப்பான இடம் உண்டு. சாதி மதக் கோணல்களைச் சாடியவர், அக்கோணல்களை நிமிர்த்தப் பாடுபட்டவர். தீண்டாமை நம் நாட்டில் கொடிய சாபம் என்று உணர்த்தியவர். இப்படிப் பல சீர்திருத்தங்கள் அவர் வாழ்வில் இடம்பெற்றன; எனினும், தொழிலாளர் இயக்கமே சீர்திருத்தத் தொண்டுகளில் சீரியது, சிறந்தது

என்று கருதினார். அந்தச் சீர்திருத்த இயக்கத்தின்முன் பிறவெல்லாம் சிறியவை என்றே தெளிவாகக் குறித்திருக்கிறார். "விளம்பரமற்ற முறையில் கலப்பு மணம் முதலியவற்றை யான் ஆற்றி வருகிறேன்; வேறு சில துறைகளிலும் முயன்று வருகிறேன். சிறுசிறு சீர்திருத்தங்களைப் பேசியும் எழுதியும் காலங் கழிக்க விரும்புகிறேனில்லை. என் கருத்தில் எல்லாவற்றிற்கும் அடிப்படையான ஒரு சீர்திருத்தம் படிந்து கிடக்கிறது. அதில் என் பெரும்பொழுது கழிகிறது. அது தொழிலாளர் இயக்கம். தொழிலாளர் இயக்கம் இப்பொழுது ஆக்கம் பெற்று வருகிறது. அது சமதர்ம ராஜ்யத்தை என்றாவது ஒரு நாள் நிலைநிறுத்தும். அந்த ராஜ்யமே நமது நாட்டிடைச் சூழ்ந்துள்ள இருளைப் போக்க வல்ல ஒளியாகும்...... என் கருத்துப் பெரிதும் தொழிலாளர் இயக்கத்தையே குறிக்கொண்டு நிற்கிறது. அதுவே பெருஞ் சீர்திருத்த இயக்கமென்று யான் உண்மையாக நம்புகிறேன்".

உடையவர் இராமானுசர், சேக்கிழார் மற்றும் பல பெருமக்கள் பல நூற்றாண்டுகளுக்கு முன்பே சாதிக் கொடுமை முதலியவற்றால் சமுதாயத்தில் பரவிச் சூழ்ந்துள்ள இருளினை விலக்க முயன்றுள்ளனர். நம் காலத்திலும் பலர் இடையறாது முயன்று வருகின்றனர். அவர்கள் தொண்டு தொடர்வது பற்றித் திரு.வி.க.வுக்குக் கருத்து வேறுபாடு இல்லை. ஆனால், 'சோஷலிச ஆட்சி அமையும் போதுதான் - பொருளாதார விடுதலை கைகூடும் போதுதான் சமுதாய இருள் முழுமையாக நீங்கும் என்பது அவர் கொண்டிருந்த வலிய கருத்தாகும்.

ஆதலால்தான், தம் பொதுவாழ்க்கையின் தொடக்கத்திலிருந்து இறுதிவரையில் தொழிலாளர் அரங்கிலே பணியாற்றினார். அரசியல் தொண்டிலிருந்து - காங்கிரஸ் இயக்கத்திலிருந்து அவர் விலகி யிருந்தது உண்டு. ஆனால், வாழ்நாள் இறுதிவரையில் தொழிலாளர் இயக்கத்திலிருந்து விலகவே இல்லை.

தொழிலாளர் இயக்கத்தில் அவர் கொண்ட ஈடுபாட்டாலும் கொண்ட பங்காலும் பிரிட்டிஷ் ஆட்சியின்போது துப்பாக்கிச் சூடுகளின் இடையே உயிரைப் பணயம் வைத்து உலவின காலங்கள் உண்டு. சென்னை மாநில ஆளுநர் வில்லிங்டன் அவரை நாடு கடத்த முனைந்து, நேராக அழைத்து எச்சரிக்கை செய்ததுண்டு. ஏன், அரசியல் விடுதலை பெற்றுவிட்ட காலத்தில் அவரை 'வீட்டுச் சிறை'யில் வைத்ததுண்டு. எந்த நிலையிலும் அவர் தொழிலாளர் இயக்கத் தொடர்பை விட்டுவிடவே இல்லை.

உயிர் பிரிந்தபின் தம் திருமேனியைத் தொழிலாளர் வாழும் சூளைப் பகுதிக்குக் கொண்டுசென்று, தொழிலாளரிடம் ஒப்படைத்து விட வேண்டும் என்று அவர் தெரிவித்திருந்தார். தம்முடைய திருமேனியும் அவர்களுக்கே உரியது என்பது அவர் கருத்து. உடல் பொருள் ஆவி மூன்றாலும் அவர் தொழிலாளர்க்கே தொண்டாற்றினார். அவருடைய வாழ்க்கைக் குறிப்புகளைப் படிப்போர் யாவரும் இந்த உண்மையை உணர்வார்கள். அவருடைய திருமேனியின் இறுதிப் பயணம் வடசென்னைச் சூளையிலிருந்து புறப்பட்டுத் தென்சென்னை மயிலாப்பூர் மயானத்தில் முடிந்தது. இந்த இறுதிப் பயணம் தொழிலாளர் இயக்கத்தில் அவர் கொண்டிருந்த ஈடுபாட்டுக்கு ஒரு குறியீடாக அமைந்தது என்றே கூறலாம்.

27.1.1918-இல் திரு.வி.க.வும் பிறரும் தொடங்கிய சென்னைத் தொழிலாளர் சங்கமே. இந்தியத் தொழிலாளர் இயக்க அமைப்புகளின் பிள்ளையார் சுழி என்று சொல்ல வேண்டும். அதன்பின் சென்னையிலும் தமிழகத்திலும் தென்இந்தியாவிலும் பல தொழிற் சங்கங்கள் தோன்றித் தொழிலாளர் இயக்கத்துக்கு வலுவூட்டின. "தென்னிந்தியாவில் எழுந்த தொழில் கிளர்ச்சி காட்டுத் தீப்போல் நாடு முழுவதும் பரவியது, பம்பாய், கல்கத்தா, கான்பூர், நாகபுரி முதலிய இடங்களில் தொழிற்சங்கங்கள் காணப்பட்டன" என்று அவர் எழுதுவ திலிருந்து இந்தியத் தொழிலாளர் இயக்கத்துக்குத் தமிழகம் எப்படி முளைக்களமாயமைந்தது என்பதை உணரலாம். வேறுவகையில் சொன்னால், இந்தியத் தொழிற்சங்க இயக்கத்துக்குத் திரு.வி.க.வே முதற் செவிலி என்று சொல்வது பொருத்தமாக இருக்கும்.

பொதுவாகத் தொழிலாளர் இயக்கத்தை நினைப்பவர்கள் வன்முறையை உடனே நினைப்பார்கள். திரு.வி.க.வின் அனுபவம் வேறாக இருந்திருக்கிறது. தம்முள் இருந்த விலங்கியல்புகளைத் தொழிலாளர் இயக்கமே போக்கியது என்கிறார். "என் அகத்தி லிருந்த கரடு முரடு மூர்க்கம் முதலிய விலங்கியல்புகளைப் பெரிதும் புரட்டித் தள்ளியது தொழிலாளர் இயக்கம். என்னுள் புரட்சி செய்த அவ்வியக்கம் வாழி; அதில் எனது வாழ்க்கையை நிறுத்திய ஆண்டவன் அருள் வாழி" என்பது அவர் உள்ளத்திருந்து எழுந்த உயிர்வாக்காகும்.

அடுத்துக் காண வேண்டியது அவர் சமயத் துறையில் கொண்டிருந்த பங்கு பற்றியதாகும்.

அவர் மரபு வழியில் சைவ சமயத்தைச் சார்ந்தவர். அவர்தம் ஆசிரியர்களாகிய கதிரைவேற் பிள்ளையிடமும் மயிலை தணிகாசல முதலியாரிடமும் சைவ சாத்திரங்களைப் பாடங் கேட்டவர். சைவத் திருமுறைகளிலும் சைவ சித்தாந்த சாத்திரங்களிலும் ஆழ்ந்த புலமை கொண்டவர்; சைவ சித்தாந்தப் பெருமன்றத்தை நிறுவிய சிலருள் ஒருவர்.

தம் வாழ்நாளின் இறுதிக் காலத்தில் சில ஆண்டுகள் கண்பார்வை இழந்திருந்த திரு. வி. க. வைப் பார்க்க வருவோர் எண்ணிக்கை மிகமிகக் குறைந்துவிட்டது. வாழ்க்கையில் தனிமைத் துன்பம் எப்படி இருக்கும் என்பதை உணர்த்திய காலக்கட்டம் அது. எந்நேரமும் எவரேனும் சிலரும் பலருமாக அவருடன் அளவளாவிக் கொண்டிருந்த காலம் கனவாய் பழங்கதை ஆகிவிட்டது. அந்தத் தனிமையை எப்படித்தான் கழிக்கிறார் என்று இக்கட்டுரையாசிரியர் கேட்டதுண்டு. "பன்னிரண்டு திருமுறைகளையும் மனத்துக்குள் வரிசையாகச் சொல்லிக் கொண்டிருக்கிறேன்" என்பது திரு. வி. க. அளித்த விடை! பல்லாயிரக்கணக்கான *(18326)* பாடல்களை வரிசையாக நினைவில் நிறுத்தியிருந்த ஆற்றல் எண்ண எண்ண வியப்பாக இருக்கிறது. இந்த அரிய நினைவாற்றலின் வேர் எங்கே இருந்தது? பாலப் பருவந்தொட்டு அவருக்கு அமைந்த சைவ சமய ஈடுபாடுதான் பெறற்கரிய இந்தச் சாதனைக்குக் காரணம்.

இளமைப் பருவத்திலேயே சைவ சித்தாந்த சண்டமாருதம் சோமசுந்தர நாயகர், யாழ்ப்பாணம் கதிரைவேற் பிள்ளை ஆகியோரின் சைவ சமய விரிவுரைகளிலே திரு.வி.க.வுக்குக் கவர்ச்சி ஏற்பட்டது. கவர்ச்சி நாளடைவில் சைவப் புலமையையும் சைவ சமய ஈடுபாட்டையும் வளமாகப் பெருக்கியது.

உலகத்தில் பல சமயங்கள் உண்டு; அவற்றுள் சைவ சமயம் ஒன்றே மெய்ம்மையானது; சைவம் ஒன்றே வீடுபேறு நல்கும் தொடக்கக் காலத்தில் திரு.வி.க. கொண்டிருந்த உறுதியான நம்பிக்கை/கொள்கை இதுதான்.

ஆனால், சைவ சமய நூல்கள்ளே அவருடைய இந்தக் கடும்பற்றை நீக்கின. "சோமசுந்தர நாயகர் எழுதிய நூல்கள் சிலவற்றில் யானை கண்ட குருடர் கதையைக் கண்ணுற்றேன். பின்னே அதைப் பல நூல்களில் காணலானேன், அக் கதை என்னுள் சைவ சமயத்தின் சமரசத்தை விதைத்தது" என்பது திரு.வி.சு.வின் வாக்குமூலம்.

சிவஞான சித்தியார், திருநாவுக்கரசர் தேவாரம். திருஞானசம்பந்தர் தேவாரம் ஆகிய சாத்திர/தோத்திர நூல்களில் அவர் கண்ட சில பாடல்கள் சைவ சமயத்தின் சமரச நிலையை அவருக்கு உணர்த்தின.

"யான் என்னும் ஜீவ போதம் அற்ற இடத்தில் விளங்குவது சைவம் என்று உணர்ந்தேன். ஜீவ போதம் உள்ளவரை, சாதி மதம், மொழி நிறம் நாடு முதலிய கட்டுக்கள் பொதுமை அறத்துக்குக் கேடு விளைத்தே வரும். அப்போதம் அற்றதும் கேடு விளைக்கும் கட்டுக்களும் அறுந்துபோகும். முனைப்பற்ற இடத்தில் விளங்குவது சைவம் என்றால், அஃது எப்படி ஒரு கூட்டத்தார்க்கு மட்டும் உரியதாகும் ? .... எவ்வுயிர்க்கும் அன்புடன் பணி செய்வது சைவம் என்பது எனக்கு உள்ளங்கை நெல்லிக்கனியாயிற்று. இவ்வுணர்வை என்மாட்டுத் திருமூலரும் தாயுமானாரும் இராமலிங்க சுவாமிகளும் நிலைபெறுத்தினர். எனது சைவம் சமரச் சன்மார்க்க மாயிற்று."

சைவ சமயத்தின் சமரசப் பாங்கையும் சீர்திருத்தக் கூறையும் எடுத்து விளக்கியதால் சைவ சமயக் கடும்பற்றாளர்களின் வெறுப்புக்கும் திரு.வி.க. இலக்காகியிருக்கிறார்; எனினும், சைவத்தின் சமரசக் காட்சியில் திரு.வி.க. உறைந்து நின்றார்.

பின்னர், பிற சமயங்களிலும் சமரச சன்மார்க்க உணர்வு பொலிவதைக் கண்டார்.

மரபு வழியில் சைவ சமயத்தில் ஊறியவர்; முருகப் பெருமானை வழிபடு கடவுளாகக் கொண்டவர். ஆனால், மாணவப் பருவத்திலேயே திருமாலிடம் ஈடுபாடு கொண்டவராக இருந்திருக்கிறார். திருவல்லிக்கேணியில் உள்ள பார்த்தசாரதி கோயிலுக்குச் சனிக்கிழமைதோறும் சென்று பெருமாளை வழிபடுவதை நியதியாகக் கொண்டிருந்திருக்கிறார். பெருமழை பெய்த போதும் இந்தச் சனிக்கிழமை நியதியைக் கைவிட்டதில்லை. ஒரு சமயம் திருவெற்றியூர் சென்றார். அன்று சனிக்கிழமை. திரும்பும்போது, தாம் சென்றடையும் முன்பே பார்த்தசாரதிப் பெருமாளின் கோயிற் கதவு மூடப்பட்டுவிடுமோ என்று ஐயம் எழுந்தது. "நடந்தேன்; வேகமாக நடந்தேன்; ஓடினேன்; விரைந்து ஓடினேன்; ஓடியோடிப் பெருமாளை வணங்கினேன். உள்ளம் குளிர்ந்தது" என்று தம் நியதியின் சாதனை குறித்து எழுதியிருக்கிறார்.

முருகப் பெருமானை வழிபடு கடவுளாகக் கொண்ட திரு.வி.க., பார்த்தசாரதியிடம் எந்த அளவுக்கு நம்பிக்கை வைத்திருந்தார்? தாம் பெறும் நலங்களெல்லாம் அப்பெருமாளின் அருளாலேயே

கிடைப்பதாக நம்பினார்; ஒவ்வொரு வகுப்பிலும் முதற் பரிசு பெற்றதும் அந்தப் பார்த்தசாரதிப் பெருமானின் திருவருளால்தான் என்று உறுதியாக நம்பினார். இந்த நம்பிக்கையை மாற்றிவிடச் சிலர் முயன்றனர் என்றும் எவர் முயற்சியும் இவ்வகையில் வெற்றி பெறவில்லை என்றும் திரு. வி. க. குறித்திருக்கிறார்.

அவருடைய வாழ்க்கைப் போக்கிலே செல்வாக்குப் பெற்ற சோமசுந்தர நாயகர், பாம்பன் குமரகுருதாச சுவாமிகள் ஆகியோரின் பேச்சுகளும் நூல்களும் வைணவத்தை எதிர்த்துக் கண்டனம் செய்தன. அவையும் திரு. வி. க. வின் திருமால் ஈடுபாட்டை மாற்றி விடவில்லை.

நம்மாழ்வாரின் திருவாய்மொழியை மனங்கலந்து பயின்றதனால் ‘தமிழ்நாடும் நம்மாழ்வாரும்’ என்னும் நூலை எழுதினார். ‘திருமால் அருள் வேட்டல்’ என்ற பக்திப் பாடல் நூலும் அவர் படைத்தார்.

ஜீவபோதம் அற்ற இடமே சைவம் என்றால் முனைப்பற்ற இடத்தில் விளங்குவது சைவம் என்றால் ஒரு கூட்டத்தார்க்கு மட்டுமே எப்படிச் சைவம் உரியதாகும் என்று வினா எழுப்பியது போலவே, வைணவம் எப்படி ஒரு கூட்டத்தார்க்கு மட்டுமே உரியதாகும்? என்று வினா எழுப்பியிருக்கிறார். “கடவுளுக்குப் பல இயல்புகளுண்டு. அவைகளுள் ஒன்று, எங்கும் நீக்கமற நிறைந் திருக்கும் தன்மை. இத்தன்மையுடையது விஷ்ணு. எங்குமுள்ள ஒன்று எப்படி ஒரு கூட்டத்தார்க்கு மட்டும் உரியதாகும்” இவ்வாறு வினா எழுப்பியவர், “அஃது எங்குமுள்ள எல்லார்க்கும் உரியதன்றோ?” என விடைவினா எழுப்பி, “ஆகவே, வைஷ்ணவம் சமரசம் உடையதென்று தெளிந்தேன்” என்று முடிவு காண்கிறார்.

சைவத்திலும் வைணவத்திலும் சமரச உணர்வைக் கண்டது போலவே, சமணம், பவுத்தம், இஸ்லாம், கிறிஸ்தவம் ஆகிய சமயங்களிலும் திரு. வி. க. சமரச உணர்வு மிளிர்வதைக் கண்டார். அந்தந்தச் சமயத்துச் சான்றோர்களிடம் அளவளாவியும் நூல்களைப் பயின்றும் எல்லாச் சமயங்களிலும் சமரச சன்மார்க்கம் பொலிவதை அவர் கண்டிருக்கிறார்.

சமணமும் சைவமும் வேறானவை என்று திரு. வி. க. கருதவில்லை. இடைக்காலத்தில்தான் இரண்டும் பிரிந்திருக்க வேண்டும் என்பது தமது ஊகம் எனக் குறித்திருக்கிறார். இரண்டும் தத்துவத்தில் ஒற்றுமை உடையன என்கிறார். “சித்தமார்க்கம்“ என்ற தலைப்பிட்டு அவர் எழுதியுள்ள நூல் சைவத்துக்கும் சமணத்திற்கும் உள்ள

ஒருமைப்பாட்டை விளக்குவதாகும். இந்த நூல் சைவ சித்தாந்த மாநாடு ஒன்றில் தலைமை தாங்கி ஆற்றிய சொற்பொழிவின் எழுத்து வடிவமாகும்.

"என் வாழ்க்கையில் ஜைனமும் சைவமும் ஒன்றென விளங்கினமை குறித்து மகிழ்வெய்துகிறேன்" என்பது அவர் எக்களிப்புரை,

சமணத்தின் அடிப்படையான கொள்கை, 'அஹிம்ஸா பரமோ தர்மா' என்பது, 'சலம் கெடுத்துத் தயாமூல தன்மம்' என்னும் தத்துவத்தின் வழிநின்று தாழ்ந்தோர்க்கெல்லாம் நலம் கொடுக்கும் நம்பி என்று சிவபெருமானைப் பாடுகிறார் திருநாவுக்கரசர். எனவே, சமணமும் சைவமும் ஒருமைப்பாடு உடையன என்பதும், 'தயை உடையார் எல்லாரும் சமரச சன்மார்க்கம் சார்ந்தவரே' என்னும் இராமலிங்க வள்ளலார் வாக்கின்படி, சமணமும் சன்மார்க்கமே என்பதும் திரு.வி.க.வின் தெளிவு.

மாணாக்கப் பருவத்திலிருந்தே பிற சமய அறிஞர்களுடனும் அமைப்புகளுடனும் திரு.வி.க.வுக்கு ஏதேனும் ஒரு வகையில் தொடர்பு இருந்தது. சென்னையில் ஒரு பகுதியில் இருந்த மகாபோதி சங்கத்தில் நடைபெற்ற ஒரு கூட்டத்தில் பௌத்தத் தொடர்பு ஏற்பட்டது. தொடக்கத்தில் மாணாக்கப் பருவத்தில் அந்த மதக் கூட்டங்களில் குழப்பம் விளைந்ததில் மாணாக்கர் திரு.வி.க.வுக்குத் தொடர்பு இருந்ததென்றாலும், பின்னர் அவருடைய அணுகுமுறை மாறியது. பௌத்த சங்கத்தில் டார்வின் கொள்கை விளக்கம் பெற்றபோது மாறிய மனம், மணிமேகலைக் காப்பியத்தைப் பயின்றபோது பௌத்தத்தைப் போற்ற முனைந்தது, தர்மபாலர், கர்னல் ஆல்காட், ஜீனராஜதாஸர், அயோத்திதாஸ் பண்டிதர் ஆகியோரின் பேச்சும் எழுத்தும் திரு. வி. க. வின் பௌத்தப் பற்றை உறுதியாக்கின. "இராயப்பேட்டைச் சாக்கிய பௌத்த சங்கத்திலே எழுந்தருளியிருந்த ஒரு பிக்ஷுவின் திரிபிடக் போதனை எனது ஆவிக்கு அமுதமா யிற்று.... அயோத்தி தாஸர் என் குடும்ப மருத்துவர். அவர்தஞ் சங்கம் எனது மதவெறியைத் தீர்க்கும் மருந்தாயிற்று'என்று தம் பௌத்தத் தொடர்பின் தன்மையை வாழ்க்கைக் குறிப்புக்களில் பொறித்துள்ளார். "பௌத்தத்தின் சமரசம் எனக்குச் செல்வனே விளங்கியது" என்று குறிப்பதுடன், "பௌத்தமும் சமரச சன்மார்க்க மென்பது தேற்றம்" என்று முடிவு கூறுகிறார்.

இஸ்லாம் சமயத்தையும் சமரச சன்மார்க்கத்துக்கு உரியதாகவே அவர் கண்டுணர்ந்தார். "இஸ்லாம் ஒரே கடவுள் உண்மையை அறிவுறுத்துவது; சகோதர நேயத்தைச் சாற்றுவது; உலகில்

நாலா பக்கங்களிலும் தோன்றிய நபிமார்களை யெல்லாம் ஏற்கும் பெருந்தன்மை வாய்ந்தது. இவையெல்லாம் சன்மார்க்கத்துக்கு உரியன என்பது எனக்குத் தெளிவாயிற்று" என்பது திரு.வி.க.வின் தெளிவுரை .

திரு.வி.க. படித்தது கிறிஸ்தவக் கல்வி நிலையத்தில், கிறிஸ்தவக் கல்வி நிலையங்களில் பணியாற்றியவர் அவர். மாணவப் பருவத்திலேயே விலிலிய வகுப்புகளில் தடை வாதங்களை எழுப்பினவர் திரு.வி.க. ஆனாலும், "தன் பாவத்தை முறையிட்டு அழுவோனுக்கு மன்னிப்பு வழங்கி, அவனை ஆட்கொள்ளவே கிறிஸ்து உலகில் பிறந்தார். பாவத்தை மன்னிக்கக் கிறிஸ்து ஒருவர் இருக்கிறார் என்பது எங்கள் நம்பிக்கை. இந் நம்பிக்கையைப் பரப்புவது எங்கள் பணி, நாங்கள் தர்க்க வாதத்துக்கு வரவில்லை" என்று ரெவரெண்ட் எட்டி விளக்கிய போது தம் உள்ளம் சிறிது நெகிழ்ந்தது என்கிறார், திரு.வி.க. கிறிஸ்தவத் தொண்டர்கள் புரியும் சேவைகளில் அவர் நெஞ்சம் ஈடுபாடு கொண்டிருக்கிறது. "அவர்தம் கல்வி, அறிவு, நம்பிக்கை, அன்றாட ஜெபம், பணி, ஒருமைப்பாடு முதலியன" கிறிஸ்தவரிடம் திரு. வி. க. வை நெருங்கிப் பழகச் செய்தன. ஜான் ரத்தினம் என்பவர் திரு. வி. க. பணி புரிந்த பள்ளியில் தலைமையாசிரியர். அவரிடமும் அவர் குடும்பத்தினரிடமும் நெருங்கிப் பழகினார். திரு. வி. க. மேலும், ஜெபத்தில் முழு நம்பிக்கை வைத்து, உணவு உடை முதலியவற்றுக்கு எந்த நிலையிலும் கவலைப்படாமல் கிறிஸ்தவ வாழ்க்கை வாழ்ந்த எக்பர்ட் ரத்தினம் திரு.வி.க.வின் மிக நெருங்கிய நண்பர். இந்தத் தொடர்புகளெல்லாம் உண்மையான கிறிஸ்தவ சமயத்திடமும் ஏசுநாதரிடமும் திரு. வி. க. வை ஈடுபடச் செய்தன.

பாதிரிக் கிறிஸ்தவம் வேறு: ஏசுவின் கிறிஸ்தவம் வேறு என அவர் உணர்ந்திருக்கிறார். அவர் ஏசுவின் சமயத்தில் ஈடுபாடு கொண்டவர். "கிறிஸ்து பெருமான் அன்பு வடிவை நினைக்க நினைக்க, அவர்தம் மெய்ம்மை, அமைதி முதலிய நறுங்குணங்கள் படிதல் உண்மை என்பதும் - பகைவரையும் நேசிக்கும் பான்மை – அந்தண்மை – பிறத்தல் உண்மை என்பதும் உள்ளங்கை நெல்லிக்கனியென விளங்குவது பெறலாம்; கிறிஸ்து பெருமான் மலைப்பொழிவில் ஈடுபடப்பட அஃது அறுபகையைக் களைந்து அன்பு விளைத்தல் வெள்ளிடை மலையெனக் காணலாம். அப்பொழிவில் ஈடுபட்டவர்க்கே உண்மை தெரியும். மலைப்பொழிவில் என்ன இல்லை உலகிலுள்ள சமயங்களின் சாரமெல்லாம் திரண்டு அதன்கண் தேங்கி நிற்கின்றன. அத்தகைய

பொழிவு சமரச சன்மார்க்கமுடையதென்று என் வாழ்வில் தெளிவாயிற்று. இத்தெளிவுரையால் கிறிஸ்தவத்திலும் திரு.வி.க. சமரச சன்மார்க்கக் காட்சி பெற்றார் என்பது உறுதியாகிறது.

எனவே, திரு.வி.க. சைவம், வைணவம், சமணம், பௌத்தம், இஸ்லாம், கிறிஸ்தவம் ஆகிய எல்லாச் சமயங்களிலும் சமரச சன்மார்க்கக் காட்சி பெற்றார் என்பது தெளிவாகிறது. இவ்வாறே வேதாந்தம் முதலிய பல்வேறு தத்துவங்களிடையேயும் சமரசக் காட்சியைக் காணும் வாய்ப்பும் வல்லமையும் திரு.வி.க.வுக்கு வாய்த்தன. இந்த வாய்ப்பினால். திரு.வி.க தம் பேச்சாலும் எழுத்தாலும் சமயங்களின் ஒருமைப்பாட்டையும் சமரச சன்மார்க்க நன்னெறியையும் பரப்பினார்.

சைவம் ஒன்றே சமயம் என்பதில் மிக்க உறுதி கொண்ட மறைமலை அடிகளார், திரு. வி. க. ஞானசம்பந்தரைப் பற்றி ஆற்றிய சொற்பொழிவுக் கூட்டத்துக்குத் தலைமை தாங்கினார். முடிவுரையில், “திருவாளர் திரு. வி. கலியாணசுந்தர முதலியார்க்கு நாம் இப் பிறவி யிலல்லாது எப்பிறவியிலும் கடப்பாடுடையோரா யிருத்தல் வேண்டும். இவரை நாம் தெய்வமாகக் கொள்வோமாக” என்று மறைமலையடிகளார் திரு.வி.க.வின் சமயத் தொண்டினைப் போற்றினார்.

சமய மேடையிலே புதிய பரிசோதனைகள் செய்து வெற்றிச் சாதனை புரிவதிலும் திரு.வி.க.வை ஒரு முன்னோடி என்று சொல்ல வேண்டும். அவ்வவர்க்கு அவ்வவர் சமயம் ஒன்றே கடவுட் சமயம் என எல்லாரும் உறைந்து நின்ற காலத்தில் பிற சமயத்தவரை மொழியால் சாடுதலிலும் அடிதடிகளால் சாடுதலிலும் ஈடுபட்டிருந்த காலத்தில் சமயங்களை இணைத்துப் பேசுகின்ற புதிய சோதனையைச் செய்த திரு.வி.க. சமயப் பணி செய்திருக்கிறார். 1912ஆம் ஆண்டில் காஞ் சிபுரத்தில் சைவ சித்தாந்த மகாசமாஜத்தின் ஏழாம் ஆண்டு விழா நிகழந்தபோது ‘அப்பர் கொள்கை’ என்ற தலைப்பிலே திரு. வி. க. சொற்பொழிவு ஆற்றினார். ஒரு கிறிஸ்தவப் பாதிரியாரும் ஒரு சைவரும் உரையாடுகின்ற வடிவிலே அந்தச் சொற்பொழிவை ஆற்றினார். அந்தக் காலத்தில் இது புதிய சோதனை என்பதால் மட்டும் இந்த நிகழ்ச்சியின் சிறப்பு ஒய்ந்துவிடவில்லை; படுவைதிகமான சித்தாந்த சைவர்களின் மாநாட்டிலே ‘அப்பர் கொள்கை என்று திருநாவுக்கரசு நாயனாரை முன்னிறுத்திக் கொண்டு கிறிஸ்தவக் கோட்பாடுகளுடன் ஒருமைப்படுத்திக் காட்டிய வகையிலும் அந்த நிகழ்ச்சியின் சிறப்பு ஓங்குகிறது என்பதை நினைத்துப் பார்க்க வேண்டும். “சாதிச் சைவர் உள்ளம் கொதித்தது. அவர் என் செய்தல் கூடும், காலக் கடவுள் என் பக்கம்” என்று இந்த நிகழ்ச்சி பற்றித் திரு.வி.க. குறிப்பிட்டிருக்கிறார்.

தொடக்கக் காலத்திலேயே பெரிய புராணத் தொடர் சொற்பொழுது நிகழ்த்தியவர். எழுத்துலக வாழ்வின் முதற்கட்டத்திலேயே பெரிய புராணத்துக்குக் குறிப்புரை எழுதிப் பதிப்பித்தவர். சைவத் திருமுறைகளில் பத்தாவதான திருமந்திரம் பதிப்பித்தவர். திருநாவுக்கரசர் தேவாரத்தின் ஒரு பகுதியை அரும்பதவுரையுடனும் சாத்திரக் குறிப்புகளுடனும் பதிப்பித்தவர். காரைக்காலம்மையார் திருப்பாடல்களைக் குறிப்புரைகளுடன் பதிப்பித்தவர் - இவ்வாறு சைவத்தில் ஊற்றம் கொண்ட திரு.வி.க. சைவத் திறவு, சைவத்தின் சமரசம், சிவனருள் வேட்டல் என்ற நூல்களைப் படைத்தார். ஆனால், தமிழ்த் தென்றலாய் எங்கெங்கும் இனிமை பரப்பிய திரு.வி.க.வின் ஆளுமை இந்த அளவில் நின்றிடவில்லை. 'திருமால் அருள்வேட்டல்', 'கிறிஸ்துவின் அருள்வேட்டல், 'அருகன் அருகே' முதலிய பிற சமயச் சார்புடைய நூல்களும் அவரிடமிருந்து தோன்றின. 'கால தேச வர்த்தமானம்' என்ற தொடர் அவருடைய நூல்களிலே பல இடங்களிலே வரும். காலத்தின் தேவை அறிந்து. சூழ்நிலை உணர்ந்து தொண்டாற்றியவராதலால், அவரை ஒரே சமயக் கூண்டிலே அடைத்துவிட முடியாது.

'என் கடன் பணி செய்து கிடப்பதே 'என்ற வாக்கினை இலச்சினை மொழியாகக் கொண்ட திரு.வி.க. ஒரு மனித நேயக் காதலர், அன்பு வளர்ந்து அருளாக வேண்டுமென்று வாழ்ந்தவர். ஆதலால், சமரச சன்மார்க்கம் அவருக்கு உரியது. "தயை உடையார் எல்லாரும் சன்மார்க்கம் சார்ந்தவரே" என்பது இராமலிங்கவள்ளலார் திருவாக்கு. 'இராமலிங்கர் திருவுள்ளம்' கண்டு, எழுதிக் காட்டிய திரு.வி.க.வின் சமயத் தொண்டு பல்வேறு சமயங்களிடையே சமரச சன்மார்க்கக் காட்சியைக் கண்டு காட்டியதேயாகும்.

இனி, அடுத்துக் காணத்தக்கது. திரு.வி.க. பெண்களுக்கும் பெண்மைக்கும் ஆற்றிய தொண்டு பற்றியதாகும்.

இன்றைய சமுதாயத்தில் மகளிர் பெரிதும் முன்னேறுவதற்கு வாய்ப்புகள் ஏற்பட்டுள்ளன. ஊராட்சியில் உத்தியோகத் துறையில் மூன்றில் ஒரு பங்கு கட்டாயமாகப் பெண்களுக்கு ஒதுக்கப்பட வேண்டும் எனச் சட்டமே இடம் கொடுத்திருக்கிறது. மத்திய ஆட்சியில் பிரதமராகவே ஒரு பெண் வரமுடிகிறது. நம்நாட்டளவில் மட்டுமன்றி உலகளாவிய அமைப்புகளிலும் மகளிர் தலைமை ஏற்றுச் செயல்படுவதைக் காணுகிறோம். இந்த அளவுக்கு மகளிரால் செயல்பட முடியும் என்பதை அரை நூற்றாண்டிற்குமுன் எதிர் பார்த்திருக்க முடியாது. விதிவிலக்காக இங்கொருவர் அங்கொருவர் என்று மிக மிக அருகியே பெண்கள் முன்னிடம் பெற்றிருப்பர். இந்தப்

பாழ்நிலைதான் திரு.வி.க.வின் இளமைப் பருவத்தில் காணப்பட்டது. 'மாதர் தம்மை இழிவு செய்யும் மடமையைக் கொளுத்துவோம்' என்று பாடிய பாரதியார், கருத்தொழுங்கில் திரு.வி.க.வின் சமகாலத்தவர்.

வேத காலத்தில் சங்க காலத்தில் என்றெல்லாம் குறிக்கப்படும் மிகப் பழங்காலத்தில் பெண்கள் உரிமை வாழ்வு நடத்தினர் என்று சொல்லுவோர் உண்டு. 'ஆண்களோடு பெண்களும் சரிநிகர் சமானமாக' வாழ முடிந்தது என்று அவ்வளவு எளிதில் ஏற்றுக் கொள்ள முடியாது. 'அடுப்பூதும் பெண்களுக்குப் படிப்பு எதற்கு? என்ற கணிப்புரை உண்மையில் மிகப் பழைய பழமொழிதான். 'ஏட்டையும் பெண்கள் தொடுவது தீமை' என்ற எண்ணமே சமுதாயத்தில் ஓங்கியிருந்தது. பாரத சமுதாயம் விடுதலை பெறாமைக்கும் முன்னேறாமைக்கும் பெண்ணடிமை ஒரு காரணம் என்று பல இடங்களில் திரு. வி. க. எழுதியிருக்கிறார்.

'பெண் நலன் ஓம்பப்படாத இடத்தில் வேறு எவ்வித நலனும் நிலவல் அரிது. ஒரு நாட்டு நலன் அந்நாட்டுப் பெண்மக்கள் நிலையைப் பொறுத்தே நிற்கும்' என்று 'பெண்ணின் பெருமை அல்லது வாழ்க்கைத் துணை' என்ற நூலின் முன்னுரையில் திரு.வி.க. குறிப்பிடுவார். ஆண்களைவிடப் பெண்களுக்கே முதன்மை வழங்க வேண்டும் என்றும் அவர் வலியுறுத்தி யிருக்கிறார். பெண்ணுலகு ஆணுலகு.... (என்னும்) இரண்டு உலகினுள் உயர்வு தாழ்வு இல்லையேனும், பெண்ணுலகிற்கு முதன்மை வழங்க வேண்டுமென்பது அறிவும் அன்பும் வாய்ந்தோர் கருத்து என்பது திரு. வி.க.வின் கருத்துரை. 'பெண்ணின் பெருமை பிறங்கப் பிறங்க நாடு விடுதலையடைதல் ஒருதலை" என்று அவர் எழுதியதைக் கருதிப் பார்த்தால் பெண்ணுரிமைச் சிந்தனைக்கு அவர் எவ்வளவு முக்கியத்துவம் கொடுத்தார் என்பது விளங்கும்.

"ஆண் மக்களைப் போலவே பெண்மக்களும் கடவுளால் படைக்கப்பட்டவர்கள். பெண்மக்களுக்கும் கை கால்களிருக் கின்றன; மூளையிருக்கிறது. எல்லா அங்கங்களையுமுடைய பெண்மக்கள் ஏன் வயிற்றுக்கு மற்றவர்களை எதிர்பார்த்தல் வேண்டும்! பெண்களுக்குப் பொருளாதார உரிமை இருக்க வேண்டும் என்பதற்காகத் திரு.வி.க. எழுப்பிய வினா இது. வேறு எவரையும் தம் வாழ்வுக்காகப் பெண்கள் சார்ந்திருக்கும் நிலை கூடாது என்ற அளவில் மட்டும் திரு.வி.க.வின் சிந்தனை நின்று விடவில்லை. "பெண்மக்கள் தங்கள் வாழ்நாளில் குடும்பத்தையும் தேசத்தையும் நடத்தும் அறிவாற்றல் பெறுமாறு தாய் தந்தையர்கள் அவர்களைப் பயிற்சி செய்வித்தல் வேண்டும் "

என்கிறார். அதாவது, பெண்கள் தங்கள் தனிவாழ்க்கைக்காகப் பிறரை எதிர்பார்க்கும் நிலை கூடாது என்பதோடு, பொது வாழ்க்கையில் தலைமை ஏற்று நாட்டு ஆட்சியையும் நடத்தும் அளவுக்கு..... அவர்கள் வாய்ப்புப் பெற வேண்டும் என்பது திரு.வி.க.வின் கனவு, கருத்து.

இந்தக் கனவை நனவாக அவரால் காண முடிந்ததா? “பெண்ணின் பெருமை என்ற நூலை எந்நோக்குடன் இயற்றினேனோ அந்நோக்கு நிறைவேறியே வருகிறது” என்பது அவர் அடைந்த வெற்றியைப் புலப்படுத்தும்.

பெண்ணுரிமை இயக்கத்தில் வெற்றிமுகமான போக்கினைத் திரு.வி.க.வால் காண முடிந்ததென்றால், அது பேச்சாலும் எழுத்தாலும் மட்டும் ஏற்பட்டுவிடவில்லை. “பேசிப் பேசி வாசாகைங்கர்யஞ் செய்வோர் பலருள். இவர்தம் ‘கைங்கர்யத்தால்’ ஒரு பயனும் விளையாது” என்று உணர்ந்தவர் திரு.வி.க.

தொழிலாளர் நலனுக்காக இரவு பகல் பாராமல் எப்படிச் செயற்களத்தில் ஈடுபட்டாரோ அப்படியே பெண்கள் முன்னேற்றத்துக்காக மிகப் பல வகைளில் செயல்களில் முழு ஈடுபாட்டுடன் இயங்கினார். தாம் வாழ்ந்த இராயப்பேட்டையில் அடிக்கடி மாதர் சங்கத்தில் சொற்பொழிவுகள் ஆற்றிப் பெண்களிடையே விழிப்புணர்வு ஊட்டினார். மூவலூர் இராமாமிர்தத்தம்மையார் போன்றவர்களை ஊக்குவித்ததோடு மகளிர் மாநாடுகளில் அவர்களோடு பெரும்பங்கு கொண்டு பாடுபட்டார்; ஜஸ்டிஸ் சதாசிவ ஐயருடன் முனைந்து கைம்பெண்கள் நலத்துக்காகச் சிறந்த பணியாற்றினார். சமுதாயத்தின் சதைவெறிக்கு இரையாகி நொந்த கணிகையர்க்கு அவர் ஆற்றிய தொண்டு மிகப் பெரியது. இன்று எந்தக் கூட்டத்தினரும் மாநாடு கூட்டி இயக்கம் நடத்த முடிகிறது. ஆனால், 1925-இல் அதாவது முக்கால் நூற்றாண்டுக்குமுன் கணிகையர் நலம் கருதி ஒரு மாநாடு நடத்துவது என்பது மிக மிக அரிய செயல். மயிலாடுதுறையைச் சார்ந்த கூறை நாட்டில் மூவலூர் இராமாமிர்தத்தம்மையார் அரும்பாடுபட்டு இசை வேளாளர் மாநாட்டுக்கு ஏற்பாடு செய்தார். அம்மாநாட்டின் வெற்றிக்குப் பெரிதும் ஒத்துழைப்புத் தந்தவர் திரு. வி. க. அம்மாநாட்டின் வெற்றியைக் கண்டு. “நம்முடைய எண்ணம் ஈடேறிற்று. தமிழ் நாட்டுக்கு நல்ல காலம் பிறந்தது” என்றுதாம் இறுமாப்படைந்ததாகக் குறிப்பிட்டிருக்கிறார்.

விதவையர் மறுமணத் தொண்டிலும் திரு.வி.க.வுக்குப் பங்கு உண்டு. அவர்கள் நலனுக்குப் பாடுபடுவதற்கென்றே 1920-ல் ஓர் அமைப்பு உருவாவதற்குத் திரு.வி.க. துணை நின்றார். அக் காலத்தில் கைம்பெண்களுக்கு ஆதரவுதரும் ஆலமர நிழலாக ஜஸ்டிஸ் சதாசிவ ஐயர் விளங்கினார். கைம்பெண்களின் நலம் குறித்து உருவாகிய அமைப்புக்குச் சதாசிவ ஐயரின் மனைவியார் முன்னோடியாக இருந்தார். அவருக்குத் துணையாக ஆதரவு காட்டினார், திரு.வி.க.

இளமை மணத்தை ஒழிப்பதற்கான சாரதா மசோதாவுக்குச் சமுதாயத்தில் மறுப்புகள் எழுந்தபோது, பிற்போக்காளரோடு மோதிச் சாரதா மசோதாவிற்கு ஆதரவு திரட்டியதில் திரு.வி.க.வுக்குப் பெரும் பங்கு உண்டு.

பெண்ணுரிமைக்கென அரும்பாடுபட்டுத் தொண்டாற்றிய திரு.வி.க. இந்தப் பெண்ணுரிமை இயக்கம் பற்றிய ஓர் எச்சரிக்கையும் செய்துள்ளார். மேல்நாட்டில் சின்னாளாகப் பெண்ணுலகில் ஓர் இயக்கம் தோன்றி இருக்கிறது. பெண்மக்கள் 'உரிமை' என்னும் பெயரால் சில கொடுமைகள் நிகழ்த்தி வருகிறார்கள்.... மேல் நாட்டுப் பெண்மக்கள், உரிமை என்னும் பெயரால் வாழ்வையே குலைத்து வருகிறார்கள். இக்கால மேல்நாட்டு நாகரிகத்தால் விழுங்கப் பெற்றுள்ள கீழ்நாட்டுப் பெண்மக்களும், மேல்நாட்டுப் பெண் மக்கள் அடிச்சுவட்டைப் பற்றி நடக்க முயல்கிறார்கள். இது தவறு.

திரு.வி.க.வாழ்க்கைக் குறிப்புக்கள்' என்ற அருமை நூலில் மாதர் என்ற பகுதியில் இறுதிப் பகுதியில் "என் மனைவி எங்கே மறைந்தாள்? மறைந்தது அவளது பருவுடல்; அவளது நுண்மை அன்பாகி என்னில் ஒன்றி என்னைத் தொண்டனாக்கி, யான் ஆற்றும் பணிக்குத் துணைபுரிகிறது" என்று எழுதுகிறார். ஆம், அவருடைய நம்பிக்கைப்படி, திரு. வி. க. வைத் தொண்டர் நாயகராக இயக்குவதே. தெய்வப் பெண்மைதான்.

ஒரு நாடு அல்லது சமுதாயம் இளைஞர்கள் தொண்டை நம்பி எதிர்பார்ப்பது இயற்கை. இளைஞர்களுக்கு ஊக்கம் தந்து வாய்ப்பளிக்காத பெரியவர்கள் நாட்டுக்குத் தீங்கு செய்வோராகிறார். அத்தகைய பெரியவர்கள் தங்களுக்கு அடுத்த நிலையில் வருவோர்க்கு முட்டுக்கட்டை இட்டு, சமுதாயத்தின் எதிர்காலக் கண்ணைக் குருடாக்குகிறார்கள் என்பதில் ஐயமில்லை.

பல திறத் தொண்டு

இளைஞர்களை வழிநடத்தி ஊக்கம் ஊட்டாவிட்டால், போக்கிரிகள் கைப்பிடியிலே எதிர்காலச் சமுதாயம் அல்லற்படும் என்பதை மூத்த தலைமுறையினர் உணர வேண்டும்.

முதியோர்களைப் புறக்கணிக்காமல் நாட்டுத் தொண்டாற்றிய திரு.வி.க. இளைஞர்களையும் அரவணைத்துச் சென்றார் என்பது உண்மை.

அவர் தலைமையிலே மேடையில் சொற்பொழிவாற்றும் பேறு பெற்ற இளைஞர்களை அவர் ஊக்குவித்தது போல இன்னொரு தலைவர் இல்லை என்றால், மிகையாகாது. இளைஞர்களின் கருத்துரைகளில் சிறப்பானவற்றைக் கூர்ந்து கவனித்து, அக் கருத்துகளை மனமாரப் பாராட்டி ஊக்கமூட்டுவார்; குற்றங் குறைகளைப் பெரிதுபடுத்தாமல் வெகு நாகரிகமாக உணர்த்தித் திருத்துவார்.

சாது அச்சுக்கூடத்து வேப்பமர நிழலில் முதியோர் இளைஞர் என்ற வேறுபாடு காண முடியாது. ஆம், திரு.வி.க.வின் சன்னிதியிலே முதியோருக்கு நிகரான இடம் இளைஞர்களுக்கு 'உண்டு. 'இளைஞர்கள் தானே' என்று புறக்கணித்துவிடும் இயல்பு திரு.வி.க.விடம் எப்போதும் இருந்ததில்லை.

1925 அக்டோபர் இரண்டாம் தேதி அவர் 'நவசக்தி'யில் 'இளைஞர்க்கு ஒரு விண்ணப்பம்' என்ற தலைப்பில் ஒரு தலையங்கம் எழுதினார். காந்தியடிகளே புறக்கணிக்கப்பட்டுவிடுவாரோ என்ற கவலை சூழ்ந்திருந்த நிலையில் எழுதப்பட்ட தலையங்கக் கட்டுரை அது. அந்தக் கட்டுரையில் உயிர்நாடியான சில வாக்கியங்களை இங்கே காணலாம்; "நாட்டின் உயிராகிய இளைஞர்களே!....சாதி சமய வேற்றுமை அரும்பாத உள்ளமுடைய இளங்கன்றுகளே! நீங்களே தேச சேவைக்கு அருகர்கள். பாரத மாதா உங்கள் முகம் நோக்குகிறாள். அவள் முகம் நோக்குங்கள்...இளைஞர்களே உரிமைப் போருக்கு உரியவர் நீங்களே எழுங்கள்; எழுங்கள். காந்தியடிகள் பிறந்த திருநாளாகிய இன்று உங்களை நோக்கிச் செய்துகொள்ளும் விண்ணப்பம் இதுவே."

இளைஞர்களுக்கு அறிவுரை என்றோ, இளைஞர்க்கு வழி காட்டுதல் என்றோ எழுதாமல், 'இளைஞர்களுக்கு விண்ணப்பம் என்று தலைப்பிட்டு எழுதினார் திரு.வி.க. இதிலிருந்து இளைஞர்களை அவர் மதித்த திறம் தெளிவாக விளங்கும்.

அவரால் ஊக்கம் ஊட்டப்பட்டுச் சமுதாயத்துக்குரிய நற்பணியாளர்களாக மலர்ந்தவர்கள் மிகப் பலராவர். வெஸ்லி கல்லூரியில் திரு.வி.க.வின் மாணாக்கராக இருந்த

கீ. இராமலிங்கம், அவரால் ஈர்க்கப்பட்ட மாணவ மணிகளில் ஒருவர். பிற்காலத்தே ஆட்சி மொழித் துறையில் சீரிய தமிழ்ப் பணியாற்றிய கீ.இராமலிங்களாரே அவர். அவரிடம் நேரிடையாகப் பயிலாமல், மூன்றாம் படிவம் (எட்டாம் வகுப்பு) படிக்கின்ற காலத்திலேயே திரு. வி. க. வின் 'காதல்' அரவணைப்புக்கு ஆளானவர் மருதூர் தி.கி.நாராயணசாமி நாயுடு. சைவத் திருமுறைகள், சங்க இலக்கியங்கள், சீவக சிந்தாமணி போன்ற சீரிலக்கியங்களைச் சிறந்த பதிப்புகளாக அடக்க விலையில் வெளியிட்ட பெருமைக்கு உரியவர் இவர். தம் வாழ்நாள் முழுவதும் இத்தகைய நற்பணியாற்றிய தி.கி. நாராயணசாமி நாயுடு, மாணவப் பருவத்திலேயே 'நவசக்தி'வரும் நாளில் மணிக்கணக்காக அஞ்சலகத்தில் காத்திருந்து வாங்கிச் சென்று படிக்கும் வழக்கத்தோடு வளர்ந்தவர். 'மு.வ. என்ற இரண்டு எழுத்துகளால் உலகப் புகழ் பெற்ற டாக்டர் மு.வரதராசனாரிடம் பயின்ற சில மாணாக்கர்களைப் பற்றித் தம் வாழ்க்கைக் குறிப்புக்களில், "வரதராசனாரிடம் தமிழ் பயிலும் மாணாக்கர் சிலர் என்னிடம் வருவர்; இவர்கள் தொண்டால் வருங்காலத் தமிழ்நாடு நன்கு அமையும் என்னும் நம்பிக்கை எனக்கு உண்டாகியிருக்கிறது என்று எழுதியிருக்கிறார்.

தமிழ்நாடு எங்கணும் வாழ்ந்த இளைஞர்களின் இதய பீடத்தில் இடம் பெற்றவர், திரு.வி.க.: அவர்களை வழி நடத்தியும் மடை மாற்றம் செய்தும். ஆளுமை ஊட்டி ஊக்கமளித்து எதிர்காலப் மணிக்களத்தை வளமாக்கியவர் திரு. வி. க. என்பதை. அவருடையதன் வரலாற்று நூலாகிய 'திரு. வி. க. வாழ்க்கைக் குறிப்பு'க்களில் கண்டு தெளியலாம்.

சாதி ஒழிப்பு, கலப்புத் திருமணம், கைம்பெண் மறுவாழ்வு போன்ற துறைகளில் மிகுந்த ஈடுபாடு கொண்டவர், அவர், வைதீகச் சைவரிடையே சாதி ஒழிப்புக் கருத்தை ஆழப் பதிய வைத்தவர். அருண்டேல் ருக்மினி தேவி ஆகியோரின் கலப்பு மணத்துக்கு உயர்சாதியினரும், தேசிய இயக்கத்தவரும், இதழுலகமும் எதிர்ப்புக் காட்டிக் கிளர்ந்தபோது பேராதரவு காட்டி 'நவசக்தி'யில் எழுதியதோடு, தொழிலாளர்களிடையே அவர்களை அழைத்துச் சென்று பாராட்டு விழாவும் நடத்தினார். கைம்பெண்களில் மறுமணம் விரும்பினோருக்கு ஆதரவு காட்டினார்; அவர்களின் மறுவாழ்வுக்குப் பெருந்தொண்டு ஆற்றினார்.

பல திறத் தொண்டு

பழமையைப் பழையது என்பதற்காகவே ஒதுக்கிவிடாமல் புதுமையை ஆர்வத்தோடு வரவேற்றுப் போற்றிய 'பழங்கால மனிதர், திரு.வி.க. பழமையும் புதுமையும் கைகோத்து உறவாடிய களமாக அவர்வாழ்க்கை அமைந்தது.

முன்பே கூறியதுபோல, 'என் கடன் பணி செய்து கிடப்பதே' என்ற திருமுறைத் தொடர்தான் அவருடைய இலச்சினை மொழி, இலட்சிய முழக்கம். சமுதாயத் தொண்டு புரிவதில் அவருக்கு இருந்த முனைப்பு எத்தகையது? பின்வரும் வாசகம் அவருடைய சேவைத் திறத்தை மிகத் தெளிவாகப் புலப்படுத்தும். "யான் பிறந்த தமிழ்நாடு வகுப்பு வாதத்துக்கு இரையாகிறது. எங்கணும் வகுப்பு நாற்றம். தமிழ் நிலம் நாடாயில்லை. அது பலவாறு சிதறுண்டு கிடக்கிறது. தமிழ்நாட்டுக்கு இதுபோது பணி அதிகம் தேவை. மருத்துவம் யாருக்கு வேண்டும்? நோயுள்ளவனுக்கன்றோ? என்னைத் தமிழ்நாட்டில் பிறப்பித்த இயற்கை இறையை வாழ்த்துகிறேன்; வணங்குகிறேன். தமிழ்நாட்டுத் தொண்டுக்கு இன்னொரு பிறவி போதுமா, போதாது இதுபற்றியே யான் வீடுபேற்றை விரும்பாது பிறவியைத் தருமாறு ஆண்டவனை வேண்டுகிறேன். இவ்வேண்டுதலும் எனது தொண்டுகளில் ஒன்று"

வாழ்வின் கடைசி எல்லை வரையிலும் பல வகைத் தொண்டுகள் ஆற்றினார்; தொண்டைத் தொடர்வதற்கு மறுபிறவியும் வேண்டினார். அவ்வாறு இறைவனை வேண்டுவதையும் ஒரு தொண்டாகவே கருதினார். ஆம், ஆண்டவனை வேண்டுவதிலும் தொண்டுணர்வே அவரிடம் ஓங்கி நின்றது.

4. சில நூல்கள்

திரு.வி.க. போன்றவர்களின் மறைவுக்குப் பின்னும் அவர்களுடைய சிந்தனை அலைகளோடு தொடர்பு கொள்ள முடியும். ஏனெனில், அவர்களுடைய சிந்தனைகள் எழுத்துருவில். நூல்களாக நிலவுகின்றன. பருவுடல் வாழ்க்கை எவருக்கும் நிலையானதாக இருப்பதில்லை. இருக்க முடியாது; ஆனால், நுண்ணுடல் வாழ்க்கை நிலையானது. வேத காலத்து முனிவர்கள் முதல் நேற்று மறைந்த எழுத்தாளன் வரை எவரும் சாவதில்லை; விழிப்புற்ற சிந்தனையாளருக்கு அந்தச் சான்றோர்களின் தொடர்பு எந்தக் காலத்திலும் கிடைத்துக் கொண்டேயிருக்கும். தமிழ்ச் சாதி அமரத்தன்மை வாய்ந்தது என்று மகாகவி பாரதி நம்பியதற்கு என்ன காரணம் சொன்னார்? திருக்குறள் உறுதியும் தெளிவும் பொருளின் ஆழமும் காரணம்; சிலப்பதிகாரச் செய்யுள் காரணம்; எல்லையற்ற பரம்பொருளைச் சில குறியீடுகளால் காட்டிய கம்பரின் இராமாயணம் காரணம். ஆக, அழியாச் சிந்தனைகளை அற்புத நூல்களாக வடித்தவர்கள் தங்கள் கலைப் படைப்புகளின் வடிவிலே என்றென்றும் வாழ்கிறார்கள்; தமிழ்ச் சான்றோர் திரு.வி.க.வும் தாம் படைத்த நூல்களிலே உயிரோடு உலாவுகிறார்; ஆக, கண் திறந்து சிந்தனை அரங்கையும் திறந்து வைப்போர்க்கு இன்றும் என்றும் திரு.வி.க.வின் காட்சி கிடைக்கும்.

திரு. வி. க. பதிப்பாசிரியராக இருந்து உருவாக்கம் தந்த நூல்கள் சில; உரையாசிரியராக அமைந்து உதவிய நூல்கள் சில; உரைநடைக்குப் பொலிவூட்டிப் படைத்த நூல்கள் பல: மேடைப் பொழிவுகளை வடிவாக்கி வழங்கிய நூல்கள் சில: செய்யுள் வடிவில் சிந்தனைகளை வடித்த நூல்கள் சில. இப்படி எல்லா வகைகளிலும் அவர் நமக்கு வழங்கியுள்ள நூல்கள் ஐம்பத்தாறு (பின்னிணைப்பில் பட்டியல் தரப்பட்டுள்ளது). எல்லா நுல்களுமே ஒவ்வொரு வகையில் சிறப்புடையன; எல்லாவற்றையும் பற்றி இங்கே காண்பது இயலாது; சில நூல்கள் பற்றி - அந்த நூல்கள் வாயிலாகத் திரு. வி. க. மன்பதைக்கு வழங்கியுள்ள செய்தி பற்றி இங்கே காணலாம்.

திரு.வி.க.வின் எழுத்துப் பணியின் கன்னி முயற்சி பெரிய புராணத்தைக் குறிப்புரையுடன் அச்சிட்டுப் பதிப்பித்ததேயாகும். பாடல்களுக்கு அரும்பொருள் விளக்கக் குறிப்புரை எழுதியதோடு ஆராய்ச்சியாளர்க்குப் பயன்படும் சிறந்த ஆராய்ச்சிக் குறிப்புகளையும் திரு. வி. க. தந்திருக்கிறார்.

திரு.வி.க.வின் அரும்பதவுரையைக் கொண்டே காப்பியத்தினை ஐயம் திரிபறக் கற்றுணர முடியும். தாம் உருவாக்கியுள்ள பதிப்பினைப் பற்றி அவரே தந்துள்ள விளக்கம் வருமாறு: "வாசகர்கள், பதவுரைத் துணையை நாடாத முறையில், அரும்பதங்கள் விளக்கப்பட்டுள்ளன. உரை காணப்பெறாத அரும்பதமில்லை என்று கூறலாம். காப்பியத்தின் நுவல் பொருளை முழுமையாகத் தெளிவுற அறிந்துகொள்ள அரும்பதவுரை உதவுகிறது. காப்பியத்தின் நுண்பொருள்களையும் ஆழ்ந்திருக்கும் கவியுளத்தின் காட்சிகளையும் தெரிந்துகொள்ளச் செய்யுட் பொருளைமட்டும் அறிந்தால் போதாது. இந்தக் குறைக்கு இடம்தராமல். "விசேடங்கள், தமிழ் பயில்வோர்க்குப் பெருந்துணை செய்யும் வகையிலும்" சில இடங்களில் தற்கால விஞ்ஞான நுட்பங்களால் தெளிவு செய்யப்பட்டுள்ளன" என்று திரு.வி.க.வின் விளக்கங்கள் அமைந்துள்ளன. புலமைக்குமேல், ஆராய்ச்சிக்கும் இப்பதிப்புப் பயன்படும் என்பதை, "ஆராய்ச்சிக் குறிப்புகள், ஆராய்ச்சியாளர்க்குப் பயன்படுவனவாம்" என்ற விளக்கத்தால் புரிந்துகொள்ளலாம். "பதவுரையின்றியும் ஆசிரியரின்றியும் பெரியபுராணத்தைப் பயிலுவதற்குரிய துறைகளில் இப்பதிப்புச் செப்பம் செய்யப்பட்டிருத்தல் சிறப்பாகக் குறிக்கத்தக்கது.

பெரியபுராணத்திற்கு அரும்பதவுரை மற்றும் ஆராய்ச்சிக் குறிப்புகளைச் சஞ்சிகை சஞ்சிகையாகத் திரு. வி. க. வெளியிடத் தொடங்கியது 1907-ஆம் ஆண்டிலாகும். மூன்று ஆண்டுகளில் அப்பணி நிறைவெய்தியது; அதாவது, திரு. வி. க. வின் 24-ஆம் வயதில் தொடங்கி முடிந்தது இந்த முதற்பணி. இஃது நூல் வடிவில் மறுபதிப்பாக வெளிவந்தபோது திரு. வி. க. வின் வயது ஐம்பத்தொன்று. இளைஞராய் சைவ நெறியிலே கடும்பற்றுக் கொண்டிருந்த நிலையில் முதல் முயற்சி நடந்தது. பல துறைகளில் பொதுப்பணியாற்றிக் கனிந்த நிலையில் சமரச சன்மார்க்கத்துக்கு அரும்பாடுபட்டுக்கொண்டிருந்த நிலையில் மறுபதிப்பு ஒரே நூலாக வெளிவந்தது. திரு. வி. க. வின் ஆளுமையில் புரட்சிகரமான மாற்றங்கள் ஏற்பட்டபின் வெளிவரும் பதிப்பிலும் அந்த மாற்றத்தின் சுவடுகள் பதியாமல் இருக்க முடியாது. "மயிலை முதலியாரிடத்தில் தமிழ் பயின்ற பின்னைப் பெரிய புராணப் பதிப்பை மற்றும் ஒருமுறை திருத்தி வெளியிடுதல் வேண்டுமென்ற

எண்ணம் 'செயல்படுவதில் பலவாறு தடங்கல்களும் தாமதமும் ஏற்பட்டன. 1934-இல் பெரியபுராணப் புதுப் பதிப்பு வெளிவந்தபோது முற்பதிப்புக்கும் இப்பதிப்புக்கும் உள்ள வேற்றுமை பெரிது. இதனை ஒரு புது நிலைய மென்றே கூறலாம்" என்று திரு.வி.க. குறித்துள்ளார். 'மத வாதங்கள் தொலைந்து, சமரச சன்மார்க்கம் பரவுதல் வேண்டும் என்னுங் கருத்துடன் யான் தொண்டாற்றிவரும் இந்நாளில், தொண்டர் புராணத்துக்கு அரும்பத ஆராய்ச்சி விசேடக் குறிப்புரை எழுத என்னை ஆளாக்கிய திருவருளை வழுத்துகிறேன்' என்பது அவர் தரும் செய்தி. சைவத் 'திருமுறைக்குச் சமரச சன்மார்க்க அணுகுமுறையில் திரு.வி.க. ஆற்றிய இத் திருப்பணி சைவத்துக்கு ஒரு சீரிய காணிக்கையாகவே அமைந்துள்ளது என்பதில் ஐயமில்லை.

சீவக சிந்தாமணியாகிய சமண இலக்கியத்திலே உள்ளத்தைப் பறிகொடுத்த சோழ மன்னனின் நாட்டத்தைத் திருப்பி, அகச் சமயக் காப்பியத்தில் நாட்டம் செலுத்தச் செய்வதற்கே சேக்கிழார் பெரிய புராணத்தை இயற்றினார் என்று ஒரு செய்தி உண்டு. வரலாற்று நெறிக்கும் காப்பிய நெறிக்கும் இது எதிரிடையான உணர்ச்சி என்பது திரு.வி.க. போன்ற சான்றோர்களின் கருத்தாகும்.

சீவக சிந்தாமணிச் செம்மொழியை முன்னோர் மொழிபொருளாகக் கொண்டவர் சேக்கிழார் என்று திரு.வி.க. தெளிவுபடுத்தி யிருக்கிறார். ஆதலால், "சேக்கிழார் சீவக சிந்தாமணிக்கு மாறாகப் பெரிய புராணம் பாடப் புகுந்தவரல்லர் என்று கொள்க" என்று அறிவுறுத்துகிறார் திரு.வி.க. சிந்தாமணிமீது காழ்ப்புக் கொண்டு பெரிய புராணம் பாடப்பட்டதாக எழுந்த கதை பின்வந்தவரால் புனையப்பட்டிருக்கலாம் என்பது திரு.வி.க.வின் கருத்து. தமிழாராய்ச்சி உலகில் அகத்தியராகிய பேரா.அ.ச. ஞானசம்பந்தனும் திரு.வி.க.வின் கருத்தையே வலியுறுத்துகிறார். சோழ மன்னன் ஈடுபட்டுப் படித்த சிந்தாமணியில் அவன் ஈடுபடுவதைத் தடுக்கவே பெரியபுராணம் இயற்றினார் என்று சேக்கிழார் புராணம் கூறும் செய்தி உண்மைக்கு முற்றிலும் புறம்பானதாகும் என்பது அ.ச.ஞா.கூற்று.

சைவர்க்குச் சிறப்பாக உரியதேனும், பெரிய புராணம் பொதுவாக யாவர்க்கும் உரிய காப்பியம் என்ற கருத்தை வலியுறுத்துமளவுக்குத் திரு.வி.க.வின் குறிப்புகள் பயன்படு கின்றன. "மக்கட் சமுதாயம் அனைவரையும் ஒன்றாக்கி, "யாதும் ஊரே யாவரும் கேளிர்' என்ற குறிக்கோளுக்கு இலக்காக்கும் வழிகளுள் பெரிய புராணமும்

ஒன்று என்ற பேருண்மையை முதற்பாட்டின் விளக்கவுரையின் மூலம் தமிழ்நாட்டிற்கும் 'ஏன் அனைத்துலகத்திற்கும்' திரு.வி.க. வழங்கியுள்ளார் என அறிஞர் அ.ச.ஞானசம்பந்தன் குறிப்பிட்டிருக்கிறார்.

சமயவாதிகள் பெரும்பாலும் சாதியுணர்வு உடையவர்களாகவே காணப்படுகின்றனர். பிறப்புவழிச் சாதி உயர்வு தாழ்வுகளைப் பேணுவது பாரத நாட்டின் சமுதாய வீழ்ச்சிக்கு ஒரு காரணம் என்னும் கருத்தில் ஊற்றம் கொண்டவர் திரு.வி.க. பெரிய புராணத்தின் சிறப்புகளைக் குறிக்குமிடத்தில் முதற்பதிப்பின் முன்னுரையில், "சாதி வேற்றுமையைச் சோதித்தொழிப்பது" என்று குறித்திருக்கிறார். "அறுபத்து மூவர் நினைவு தோன்றுங்காலத்து, அவர்தந் தொழில் சாதி முதலியன மனத்தில் தோன்றுகின்றனவா? இல்லையே. அவரெல்லாஞ் சிவனடியார் என்னும் ஓரெண்ணமே உள்ளத்தில் எழுகிறது". இது 'நாயன்மார் திறம்' என்ற நூலில் திரு.வி.க. தரும் கருத்து.

தாம் கொண்ட குறிக்கோளுக்காக எதனையும் தியாகம் செய்வது தொண்டர் நெறியாகும். இவ்வகையில் நாயன்மார் சிலரின் செய்கை நம் போன்றவர்கள் மனத்தில் சிக்கலை எழுப்பும். பிள்ளைக்கறி பரிமாறிய சிறுத்தொண்டர், தம் கண்ணையே இடந்து அப்பிய கண்ணப்பர்... இத்தகையோர் செயலை விளங்கிக் கொள்வது கடினம். இயற்பகை நாயனார் தம் மனைவியாரையே சிவனடியார்க்கு வழங்குகிறார். இச்செயல்களை எப்படிச் சீரணிப்பது? இதுபோன்ற சிக்கல்கள் திரு.வி.க.வின் குறிப்புரைகளால் நீங்குவதற்கு இடம் இருக்கிறது.

"சிவனடியார், 'நும் மனைவி வேண்டும்' என்று கேட்டார்.நாயனார் மனங் கோணாது வழங்கினார். இச் செயல் எவரே செய்யவல்லார்? இது செயற்கருஞ் செய்கையன்றோ? என்று விளக்கப் புகுந்து, "தாம் ஏற்ற விரதத்துக்கு எவ் வழியிலுங் கேடு நேராவண்ணம் காத்துக்கொண்ட உண்மை நிலையையும் உறுதி பிறழாமையையும் எவர்க்கும் அஞ் சாமையையும் எவ்வாறு வருணிப்பது" என்ற வினா வடிவில் விளக்கம் தருகிறார். இயற்பகை நாயனாரின் விரதங் காத்த பாங்கினை இவ்வாறு 'நாயன்மார் திறம்' என்ற நூலில் சுருக்கமாக விளக்குகிறார். பெரிய புராணக் குறிப்புரையிலும் இயற்பகையார் செயலை விளக்கியுள்ளார். இல்லையே என்னாத இயற்பகைக்கும் அடியேன்' என்ற சுந்தரமூர்த்தி நாயனார் சொற்றொடர்தான் இயற்பகை நாயனார் வரலாறாக விரிகிறது. அடியவர்க்கு எதனையும் இல்லை யென்னாது வழங்குதல் நாயானாரின் விரதம். இவ்விரதத்தை விளக்குமிடத்து,

"கனியினும் கட்டிபட்ட கரும்பினும், பனிமலர்க்குழல் பாவை நல்லாரினும், தனிமுடி கவித்து ஆளும் அரசினும், இனியன் தன் அடைந்தார்க்கு இடைமருதனே" என்ற திருநாவுக்கரசர் பாடலை எடுத்துக்காட்டுகிறார். குறிக்கோளுக்காக எதனையும் செய்யும் செயலே செயற்கருஞ் செய்கை கொண்ட நாயன்மார் நெறியாம். ஒரு வகையில் பெரியபுராணத்தின் மையக் கருத்து பாவிகம் இது என்றே கொள்ளலாம். திரு.வி.க. வின் குறிப்புகள் இத்தகைய சிந்தனைகளை எழுப்புகின்றன. "இயற்பகை போல விரதங் காக்கவல்ல புதல்வர்களல்லவோ பாரத மாதாவின் வயிற்றில் தோன்ற வேண்டும்?" 'நாயன்மார் திறம்' என்ற நூலில் திரு.வி.க. தரும் இவ்வாக்கியத்தை மனத்திலே நிறுத்தி உணர்ந்திட முயல வேண்டும். தற்கொலைப் படைகளின் செயல்திறத்தைக் கண்டுள்ள இன்றைய சமுதாயப் பாங்கினையும் இங்கே ஒப்பிட்டுணர முயலலாம்.

பெரியபுராணப் பதிப்பினைப் பற்றித் தம் வாழ்க்கைக் குறிப்புகளில் திரு.வி.க. தரும் விளக்கம் இங்கே நினையத்தக்கது "பெரியபுராண முதற்பதிப்புக் குறிப்புரை இளமையில் வரையப் பட்டது. அதுபோழ்து யான் சைவச் சிறையில் கிடந்தேன். இரண்டாம் பதிப்புக்கு உரை கண்டபோது என் இளமை மறைந்தது. பல வகை அனுபவங்கள் என்னுள் படர்ந்து படிந்தன. யானும் சைவச் சிறையினின்றும் விடுதலையடைந்து, சைவ உரிமைக் கோட்டையில் நின்றேன். சிறைக்கும் உரிமைக்கும் வேற்றுமை உண்டன்றோ?"

பெரியபுராணத்தைக் குறிப்புரையுடன் பதிப்பித்தற்கு முன்பு திரு.வி.க. தம் ஆசிரியராகிய கதிரைவேற் பிள்ளையின் வாழ்க்கை வரலாற்றை ஒரு நூலாக எழுதினார். அதுவே திரு.வி.க.வின் முதல் நூல். ஆனால், அது வெளிவந்த பாங்கிலே திரு.வி.க.வுக்கு மனநிறைவு ஏற்படவில்லை. நடையும் கடுநடை, செயற்கையானது; வடமொழிக் கலப்பும் எதுகை மோனைக் கூத்தாட்டும் நிரம்பியது. அதனைத் திருத்தியோ மாற்றியோ மறுபதிப்பு வெளியிட அவர் எண்ணவேயில்லை. ஆசிரியர் பற்றி மாணவர் எழுதியது என்பதற்கு மேல் எவ்வகைச் சிறப்பும் இல்லாத 'நூல்' அது.

எழுத்துலகில் அடியெடுத்து வைத்த தமிழ்த்தென்றல் திரு.வி.க.வின் எழுத்தாற்றலை வெளியுலகுக்குக் காட்டிய முதல் நூல் 'மனித வாழ்க்கையும் காந்தியடிகளும்' என்பதேயாகும். இன்றும் தனிச்சிறப்புடைய நூலாக அது திகழ்கிறது; அந்நூலுக்கு அழிவில்லை என்று உறுதியாகச் சொல்லலாம்.

தாம் ஆசிரியராக இருந்து பதிப்பித்த ‘தேசபக்தன்’ இதழின் முதல் ஆண்டு மலரில் ஒரு கட்டுரையாக வெளியிட்டதை, 1921–இல் 51 பக்கக் குறுநூலாக வெளியிட்டார். ஐந்தாண்டு கழித்து 1926–இல் அந்தக் குறுநூல் 500 பக்கம் கொண்டதாக விக்கிரமாவதாரம் எடுத்தது. தொடர்ந்து வந்த பதிப்புகளில் திருத்தங்கள், சேர்க்கைகள், மாற்றங்கள் அவரால் நிகழ்த்தப்பட்டன. காந்தியடிகளின் மறைவுக்குப் பிறகும் தேவையான சேர்க்கைகளை இணைத்து, உரிய திருத்தங்களுடன் இம்மாபெரும் நூலைத் திரு.வி.க. உருவாக்கினார். அளவாலும் தரத்தாலும் சிறந்த இந்த நூல், திரு.வி.க.வுக்குப் புகழ்; தமிழ் இனத்தவர்க்குப் பெருமிதம்; மொழிபெயர்த்து வெளியிடப்பட்டால் பாரதத்துக்கும் பாருலகத்திற்கும் சிறப்புரிமை என்று சொல்வது மிகையாகாது.

இந்நூலைப் பற்றித் திரு.வி.க. தம் முன்னுரையில் தரும் குறிப்புகள் கருதத்தக்கன: “இந்நூல் காந்தியடிகள் வரலாற்றைக் கூறுவதன்று. இஃது அவர் வரலாற்றிலுள்ள நுட்பங்கள் மனித வாழ்க்கையோடியைந்து நிற்கும் முறையை உணர்த்துவது அதாவது, காந்தியத்தை அறிவுறுத்துவது.” ஆம், மகாத்மா காந்தியடிகளைவிட அவர் வாழ்ந்து காட்டி உருவாக்கிய காந்தியம் பெரிது, மிகப் பெரிது.

இந்தப் பெருமைக்குரிய நூலிலே சொல்லப்படும் கருத்துகள் என்ன? “நூல் மூன்று பகுதிகளைக் கொண்டது. முதற் பகுதியில் மனிதப் பிறவியின் விழுப்பமும், மனிதன் எவன் என்பதும் ஓதப்பட்டுள்ளன. இரண்டாம் பகுதியில் வாழ்க்கையில் புறத் தூய்மைக்கும் அகத் தூய்மைக்கும் உரிய முறைகளும், வாழ்வின் முடிந்த நிலை இன்னது என்பதும், அந்நிலை பெற்ற சில சத்தியாக்கிரகிகளின் வரலாறுகளும் சொல்லப்பட்டிருக்கின்றன. மூன்றாம் பகுதியில் காந்தியடிகளின் பிறப்பு, வளர்ப்பு, கல்வி, தியாகம், உண்மை, தொண்டு, அறம், அன்பு முதலியவற்றினின்றும், திரண்ட காந்தியம் விளக்கப்பட்டிருக்கிறது.” இது நூலாசிரியர் விளக்கம்.

“என்னுடைய நூல்களில் முதல்முதல் படிக்கத் தக்கது ‘மனித வாழ்க்கையும் காந்தியடிகளும்’ என்பது. ஏன்? அதில் வாழ்க்கை யுள்ளதாகலின் என்க. காந்தியம் மனித வாழ்க்கைக்கோர் இலக்கியமாக விளங்குவது. காந்தியத்தில் வாழ்க்கையின் நோக்கும் அடைவும் இருக்கின்றன. அவைகளைத் தெரிந்துகொள்ள வேண்டுவது மக்களின் முதற்கடமை” என்று திரு.வி.க. தம் வாழ்க்கைக் குறிப்புகளில் தந்துள்ள வழிகாட்டும் குறிப்பு நம் நாட்டத்துக்கு உரியது.

'மனித வாழ்க்கையும் காந்தியடிகளும்' என்ற நூல் தமிழ்மொழியில் அமைந்தாலும் உலகத்துக்கே மானுடத்தைக் கற்பிக்கவல்ல செந்நூல், முழுமை நூல்.

அடுத்து, நம் கவனத்துக்கு உரியது. 'முருகன் அல்லது அழகு' என்னும் நூலாகும். இயற்கையில் இறைவனைக் காண்பதே திரு. வி. க. வின் ஆன்ம அனுபவக் கனிவுக்கு அடிப்படை என்பது உறுதி. அவர் எழுதிய எந்த நூலைப் பார்த்தாலும், அவரால் விளக்கப்படுகின்ற எந்தத் தத்துவத்தை அணுகிப் பார்த்தாலும் அத்தனைக்கும் அடிப்படையாக இயற்கைவழிப் பெறும் காட்சிகளே இருப்பதை உணர முடியும்.

இயற்கையில் அவர் காட்டும் ஈடுபாட்டைப் புலப்படுத்தும் பகுதிகள் அவர் நூல்களில் மிகப் பல உண்டு. வாழ்க்கைக் குறிப்புகளில் இயற்கை இன்பம் பற்றி அவர் எழுதும் ஒரு பகுதி வருமாறு: "பழைய கோயில்களில் பெரும்பான்மையான இயற்கை வளம் செறிந்த இடங்களிலேயே அமைந்துள்ளன. அவைகட்குச் செல்வேன். என் பொழுது ஓவிய வழிபாட்டில் சிறிதே கழியும்; பெரிதும் ஓவிய முதலாகவுள்ள இயற்கை வழிபாட்டில் கழியும். யான் அடிக்கடி திருப்போரூர் நோக்குவேன். ஓவிய முருகனைக் கண்டு தொழுது ஆங்குள்ள சிறு குன்றில் இவர்ந்து அமர்வேன். ஒரு பக்கம் கடலும், மற்றொரு பக்கம் காடும், இன்னொரு பக்கம் ஏரிகளும், வேறொரு பக்கம் வயல்களும் காட்சியளிக்கும். காலையில் எழும் செஞ் ஞாயிற்றிலும், மாலையில் அமரும் செஞ்ஞாயிற்றிலும் என் மனம் மூழ்கும். இரவில் நீலவானத்தை உழுது செல்லும் திங்களிலும் என் அகம் படியும். பறவைகளின் இனிய குரலிலும் ஆநிரைகளின் அசைந்த நடையிலும் என நெஞ்சம் திளைக்கும். திடீரென மயில்கள் போந்து நடம்புரியும். அதிலும் என் உள்ளம் ஒன்றும். இவ்வாறு இயற்கை முருகனை வழிபட்டுத் திரும்புவேன். குற்றாலம் முதலிய இடங்களில் என் சிந்தை இயற்கை இனிமையில் தோய்ந்து சாந்தமுறும்."

இப்படி இயற்கையில் தோய்ந்து திளைத்துப் பெறும் சாந்தச் சமனிலை, செயற்கைப் பாங்கும் ஆரவாரச் சூழலும் செறிந்த பொதுவாழ்க்கையில் அவர் ஆற்றிய பணிகளுக்கு ஊட்டமாக அமைந்தது என்று கருதலாம். இப்படிப் பெற்ற சாந்த இனிமையே 'முருகன் அல்லது அழகு' என்ற நூல் எழக் காரணமாயிற்று. தம் வாழ்க்கைக் குறிப்புகளில், 'இயற்கை வழிபாட்டால் யான் பெற்ற இன்பத்தை 'முருகன் அல்லது அழகு', 'தமிழ்நாடும் நம்மாழ்வாரும்' முதலிய உரைச் செய்யுள் நூல்களிலும், 'முருகன் அருள்வேட்டல்',

'திருமால் அருள்வேட்டல்'. 'நாட்டுப் பாடல்', 'பொதுமை வேட்டல் முதலிய பாச் செய்யுள் நூல்களிலும் பெய்துள்ளேன்". ஆக, இயற்கையில் இறைவனைக் கண்டு வழிபாடு செய்த இன்பத்தின் விளைவே 'முருகன் அல்லது அழகு' என்ற நூலாக மலர்ந்தது எனலாம்.

இயற்கையில் இறைவனைக் கண்டிடும் அனுபவம் கைகூடுமாயின் பல கடவுளர் பெயரால் சமயப் பூசல், ஒற்றுமையைக் குலைக்கும் வேற்றுமை முரணுணர்வு போன்ற இழிவுகள் தோன்றமாட்டா என்பது திரு.வி.க.வின் கருத்து. "இயற்கை வழிபாடு மீண்டும் புத்துயிர் பெறின், இழிவுகள் தொலைதல் ஒருதலை. இயற்கை வழிபாடு மீண்டும் நாட்டில் உயிர்த்தெழுதல் வேண்டும் என்பது எனது வேணவா. அவ் அவா மேலீட்டால் யாக்கப்பட்டநூல் இது" என்பது இந்த நூலின் முன்னுரையில் தெரிவிக்கப்பட்டுள்ள கருத்து.

இனி, 'பெண்ணின் பெருமை அல்லது வாழ்க்கைத் துணை என்னும் அருமைத் திருநூல் பற்றிக் கருதுவோம்.

"கலைஞர் அறிஞர் சமயச் சான்றோர் முதலானவர்களும் தம் தம் துறைகளில் பயன்பட்டு உயரும்போது பெண்மனம் பெறுகின்றனர் என்றும், பெண்மைப் பண்பு மிகும்போதே அவர்கள் உயர்நிலை பெறுகின்றனர் என்றும், மனத்தாலும் பண்பாலும் மட்டும் அல்லாமல் உடல் குழைவாலும் அவர்கள் பெண்களைப் போல் மென்மையுடையவராகின்றனர் என்றும், முகத் தோற்றத்திலும் பெண்மையின் சாயலைப் பெறுகின்றனர் என்றும். ஆகையால் பெண்ணே உயர்பிறப்பு என்றும் பலவாறு எடுத்துரைத்தவர்" என்று திரு. வி. க.வைப் பற்றி டாக்டர் மு. வரதராசனார் எழுதியிருக்கிறார்.

"இடம் வாய்த்தபோதெல்லாம் பெண் குலத்தில் பெருமையைக் காக்க முனைந்த சான்றோராகத் திரு.வி.க. விளங்கினார் என்பதற்கு அவர் இயற்றிய 'பெண்ணின் பெருமை' என்ற உயர்ந்த நூல் சான்றாக நின்று நிலவுகின்றது" என்று டாக்டர் மு.வ.தெரிவித்துள்ள கணிப்பு நம் கவனத்துக்கு உரியது.

திருக்குறளின்பால் திரு.வி.க. கொண்ட காதலே 'பெண்ணின் பெருமை' என்ற நூலாகத் திரண்டது. இக்கருத்தினைத் திருக்குறள் விரிவுரை அணிந்துரையில் திரு.வி.க தெரிவித்திருக்கிறார். மேலும், அவ் அணிந்துரையிலேயே "பெண்ணின் பெருமை திருக்குறளை அடிப்படையாகக் கொண்டெழுந்த ஓர் ஆராய்ச்சி நூல்" என்று குறித்திருக்கிறார்.

பெண்ணின் நலன் ஓம்பப்படாத இடத்தில் வேறு எவ்வித நலனும் நிலவ முடியாது என்றும் ஒரு நாட்டின் நலம் அந்த நாட்டில் வாழும் பெண்களின் நிலையைப் பொறுத்தே நிற்கும் என்றும் கருதியே, அவர்களின் பெருமையைப் புலப்படுத்திட இந்நூலை இயற்றியுள்ளார்.

"இந்நாளில் பெண்ணுலகில் பலதிறக் குறைபாடுகள் தோன்றியுள்ளன. அவற்றுள் இரண்டு சிறப்பாகக் குறிக்கத்தக்கன. ஒன்று, சிறிதும் நாகரிகமின்றிச் சில இடங்களில் பெண் இருளில் மூழ்கிக் கிடப்பது; மற்றொன்று, 'பழுத்த நாகரிகம்' என்னும் பேய்க்குச் சில இடங்களில் பெண் இரையாகி வாழ்வையே குலைத்துக்கொள்வது. இரு சாராரும் ஒழுங்குபட்டுப் பெண்மையுடையராய் உலகிற்குப் பயன்படல் வேண்டும்" என்பது இந்நூல் இயற்றப்பட்ட நோக்கம் பற்றிய மற்றொரு விளக்கமாகும்.

பழமைக்கும் புதுமைக்கும் பாலமாய் அமைந்து பல துறைகளிலும் பாடுபட்டவர் திரு.வி.க. இந்த நூலிலும் அவருடைய இப்பாங்கு தெளிவாக விளங்குகிறது. "பழமையும் புதுமையும் விரவ, ஒல்லும் வகை முயன்று" இந்நூலை எழுதியதாக அவரே குறிப்பிட்டிருக்கிறார்.

"இந்நூல், பெண்மை - தாய்மை - இறைமை என்னும் முப்பொருளை முதலாகக் கொண்டது. இம்மூன்றும் முறையே நூலின், உடல் - உள்ளம் - உயிராக அமைந்திருக்கின்றன. இம்மூன்று நூல்களினின்றும் கிளம்பிய கவடுகளும் கோடுகளும் நூலின் பிற உறுப்புக்கள்" என்பது இந்நூலின் உள்ளடக்கத்தையும் உருவத்தையும் பற்றி அவர் தந்துள்ள விளக்கமாகும்.

இந்நூலின் உயிர்நாடியான பகுதியாக 'இயற்கை அறம்' என்ற ஆறாம் இயலைத் திருக்குறள் விரிவுரையில் சுட்டியிருக்கிறார்.

இந்த நூலின் முதற்பதிப்பு 1927ஆம் ஆண்டில் வெளிவந்தது. தொடர்ந்து பல பதிப்புகள் வெளியாயின. "முதற் பதிப்புத் தலைகாட்டியபோது எதிர்ப்புப் பெரிதும் எழுந்தது; இப்பொழுது எதிர்ப்பு மறைந்துவிட்டதென்று கூறலாம். இந்நூல் வெளிவந்த பின்னைத் தென்னாட்டில் பெண்ணுரிமைக்கெனத் தோன்றிய இயக்கங்கள் பல; சங்கங்கள் பல; முயற்சிகள் பல. மூலை முடுக்குகளிலும் பெண்ணின் பெருமை பேசப்படுகிறது. பெண்ணுலகம் விழித்துக் கொண்டது என்று சுருங்கச் சொல்லலாம்" என எட்டாம் பதிப்பு 1953இல் வெளிவந்தபோது தம் களிப்பைப் புலப்படுத்தியிருக்கிறார். இந்த நூல் எழுதியதற்காகப் பெருமகிழ்ச்சி கொண்டதோடு, வாழ்க்கை வெற்றியாகவே கருதினார், திரு.வி.க. தம் வாழ்க்கைக் குறிப்புகளில் "பெண்ணின் பெருமை என்ற நூலை எந்நோக்குடன் இயற்றினேனோ அந்நோக்கு நிறைவேறியே

வருகிறது. அந்நூல் ஒரு பெரும் அறப்புரட்சியை நுண்மையாகச் செய்துவருதல் கண்கூடு. அப்புரட்சியை இப்பிறவி காணும் பேறு பெற்றது. 'பெண்ணின் பெருமை' என் வாழ்க்கையில் ஒருவித வெற்றியை விளைத்த தென்று நினைக்கிறேன்" நூலாசிரியருக்கு இதைவிட ஒரு வெற்றியோ மகிழ்ச்சியோ வேறு என்ன இருக்க முடியும்?

இங்கிலாந்து அரச குடும்பத்தில் அண்மைக் காலமாக முன் எப்போதும் இல்லாத சூழ்நிலைகள் ஏற்பட்டிருப்பது பற்றிக் கேள்விப்படுகிறோம். ஆனால், மாமன்னர் எட்டாம் எட்வர்டு ஏற்படுத்திய சூழலால் விளைந்த அதிர்ச்சியலைகளுக்கு வேறு எதுவும் நிகராக முடியாது. அன்றைய உலக நிலையில் பிரிட்டிஷ் பேரரசும் அப்பேரரசின் மாமன்னரும் நிகரற்ற செல்வாக்கின் நிலைக்களன்கள் என்பதில் ஐயமில்லை. செல்வச் செழிப்பும் செல்வாக்குப் பெருமிதமும் கொண்ட மாமன்னர் பதவியைத் துச்சமெனத் தூக்கி எறிந்துவிட்டு அரண்மனையை விட்டு வெளியேறினார் எட்டாம் எட்வர்டு. பக்கிங்ஹாம் அரண்மனைக் குடும்பத்தின் ஆணிவேரே அசைந்தது; பிரிட்டிஷ் அரியணை அதிர்ந்து ஆடியது; இங்கிலாந்து அரசியல் பெருங்குழப்பத்திற்கு இலக்காயிற்று: உலக முழுதும் வியப்பில் ஆழ்ந்து அதிர்ச்சியுற்றது.

சமய நோக்கு, பண்பாட்டு அமைதி போன்ற சூழலிலே பழமைவாதி போல் கருதப்பட்ட திரு.வி.க. பிரிட்டிஷ் பேரரசை எதிர்த்துப் போராடிய தேசியவாதியாகிய திரு.வி.க. மாமன்னர் எட்வர்டின் புரட்சிகரமான செயலை மனத்தளவில் போற்றி நின்றிடாமல், தம் அரிய எழுத்துத்திறன் கொண்டு நூல் இயற்றி, அம்மாபெரும் புரட்சிக்கு அமர வாழ்வு அளித்தார். 'முடியா? காதலா? சீர்திருத்தமா?' என்ற நூல் காதல் உணர்வுக்கு ஒரு காணிக்கையாகத் திரு.வி.க.வால் உருவாக்கப்பட்டது. எட்டாம் எட்வர்டு பிரிட்டிஷ் பேரரசைத் துறந்து வெளியேறிய செயல் திரு.வி.க.வின் உள்ளத்தைப் பெரிதும் கவர்ந்தது.

ஏசுநாதரின் மலைப்பொழிவில் ஒரு மகாமந்திரமாகப் பொலிவது "தீமையை எதிர்த்து நில்லாதே" என்பது. தீமையை எதிர்த்து நில்லாமை என்னும் போரறத்தைக் கடைப்பிடித்து ஒழுகுவோர் ஆண்டவன் பிள்ளைகளாவர். அவர் செயற்கருஞ் செயல் செய்வர்.... எட்வர்டைத் தீமைகள் சூழ்ந்தன; முட்டின; அவர் அவைகளை எதிர்த்தாரில்லை. அவர் தியாகத்திற் கருத்தைச் செலுத்தி முடி துறந்தார்.... எட்வர்டின் துறவு நிகழ்ச்சி குறித்து என்னுள்ளத்தில் பலவித எண்ணங்கள் எழுந்தன..... 'தீமையை எதிர்த்து நில்லாமை என்னுஞ் சீரிய கொள்கை பரவுதல் வேண்டு மென்னும் நோக்குடன் இந்நூல்

எழுதப்பட்டது". இந்நூல் எழுந்த நோக்கமும் அந்நோக்கத்தைத் தூண்டிய அரண்மனைச் சூழலும் மேற்கண்டவாறு திரு.வி.க.வால் விளக்கப்பட்டுள்ளன.

கிறிஸ்துவின் கிறிஸ்தவத்துக்கும் பாதிரிக் கிறிஸ்தவத்துக்கும் நிரம்ப முரண்பாடு உண்டு. எந்தச் சமயத்துக்கும் இம் முரண்நிலை உண்டு, பீடங்களில் அமர்ந்திருப்போர் சமய/தத்துவங்களை மதிக்க அறியாமல் மறந்துவிடுவதோடு தங்கள் மேலாண்மைக்கே பாதுகாவலராகிவிடுவர். 'எட்டாம் எட்வர்டை அரியாசனத்தினின்று அகற்றியதும் இந்தப் பீடப் பேராதிக்கமே என்பது திரு.வி.க.வின் கருத்து தம் வாழ்க்கைக் குறிப்புகளில் குறித்துள்ளார் "முடியா காதலா சீர்திருத்தமா? என்ற நூல் ஒரு பெண்ணின் பொருட்டு அரியாசனத்தைத் துறந்ததை முன்னிலையாகக் கொண்டு உரிமையின் மாண்பையும் தியாகத்தின் விழுப்பத்தையும் விளக்குவது; கிறிஸ்துவின் சுவிசேஷச் சாரம் தேங்கப் பெறுவது; இதில் கிறிஸ்துவத்தின் நுட்பம் பாதிரி மதத்துக்கும் உண்மைக் கிறிஸ்துவத்துக்கும் உள்ள வேற்றுமையை விளக்கும் ஒரு தனி நூல் இது." திரு.வி.க.வே இந்த நூலைப் பற்றித் தந்துள்ள புலனாகும் விளக்கம் / கணிப்பு இது.

அடுத்து, திரு.வி.க.வின் 'திருக்குறள் விரிவுரை' பற்றிக் காண்போம். பெரிய புராணம் முழுமைக்கும் அரும்பதவுரை, விளக்க ஆராய்ச்சிக் குறிப்புரைகள் தந்த திரு.வி.க., திருக்குறளின் முதல் பத்து அதிகாரங்களுக்கு மட்டுமே விரிவுரை எழுதிப் பதிப்பித்திருக்கிறார்.

திருக்குறள் முழுமைக்கும் உரை எழுதவில்லையே என்ற மனக்குறை நமக்கு இருப்பது போலவே திரு.வி.க.வுக்கும் இருந்தது. முழுமைப்படுத்த வேண்டும் என்ற எண்ணமும் ஆர்வமும் அவருக்கு இருந்தன. "எனக்கு நல்லுடலையும் நீண்ட ஆயுளையும் இயற்கை இறை அருளுமாயின், எஞ்சிய பெரும் பகுதிக்கு உரை காண முயன்றே தீர்வேன்" எனத் தம் வாழ்க்கைக் குறிப்புகளில் குறிப்பிட்டுள்ளார். ஆனால், சிந்தனையுலகின் போகூழால் முயற்சி தொடங்கப்படவே இல்லை.

திருக்குறளுக்குத் திரு.வி.க. எழுதியுதவிய விரிவுரை பற்றி விரிவாக எழுதிய பேராசிரியர் அ.ச. ஞானசம்பந்தன், முடிவுப் பகுதியில், "வேறு எந்தத் துறையிலும் செல்லாமல் உரையாசிரிய ராக மட்டுமே திரு.வி.க. இருந்திருப்பினும் அழியா இடம் ஒன்றைத் தமிழிலக்கிய உலகில் தமக்கெனத் தேடிக்கொண்டிருப்பார் என்பதில் ஐயமில்லை" என்று தெளிவுபடுத்ததுகிறார். திருக்குறள் விரிவுரைபற்றி இதற்குமேல் சிறப்புரை தேவை இல்லை.

சில நூல்கள் 61

ஆனால் ஒன்று பல்வேறு துறைகளில் பணிபுரிந்த அனுபவக் கனிவே திருக்குறள் விரிவுரையின் விழுப்பத்திற்குக் காரணம் என்பதை மறந்திடுதல் கூடாது.

நூலின் அமைப்பைத் திரு.வி.க. பின்வருமாறு விளக்கி யுள்ளார். இவ்விரிவுரை, பொருள், கருத்து, விருத்தி என்னும் முக்கூறுகளைக் கொண்ட ஓர் ஆராய்ச்சியேயாகும். பொருள். பாட்டை விளக்குவது: கருத்து. பொருளின் நுண்மையைத் தெரி விப்பது; விருத்தி, இரண்டையும் பருமையில் தெளியச் செய்வது."

திருக்குறள் விரிவுரை எழுதுவதற்குரிய அனுபவக் கனிவு திரு.வி.க.வுக்கு ஏற்பட்டது எப்படி? அவரே தம் வாழ்க்கைக் குறிப்புகளில் விளக்கியுள்ளார். "யான் திருக்குறள் படித்தவன். என்பால் பிடிவாதம், வன்மம், முன்கோபம் முதலிய தீக்குணங்கள் புதைந்திருந்தன. வெறுந் திருக்குறள் படிப்பு தீக்குணங்களை அறவே களையவில்லை. கமலாம்பிகையின் சேர்க்கை அக் குணங்களைப் படிப்படியே ஒடுக்கியது. அவள் திருக்குறள் படித்தவளல்லள். எனக்கு அவளே திருக்குறளாக விளங்கினாள். மனைவாழ்க்கையில் ஈடுபடத் திருக்குறள் நுட்பம் விளங்குவதாகிறது. திருவள்ளுவர் உள்ளத்தை உணர்தற்கு மனைவாழ்க்கை இன்றியமையாததென்பது உள்ளங்கை நெல்லிக்கனியாயிற்று. யான் பின்னாளில் எழுதிய திருக்குறள் விரிவுரைக்கு இவ் வாழ்க்கையின் அநுபவம் பெருந்துணையாய் நின்றது."

திரு.வி.க.வின் மனைவியார் அவருக்கு மனைவாழ்க்கை நெறியை அருளினார்; அவ்வருளைப் பெரும் பேறாகப் பெற்றுத் திருக்குறள் நெறியைத் திரு.வி.க. விளங்கிக் கொண்டார். அவ்வாறு அவர் பெற்ற விளக்கம் நமக்குப் பெருஞ்செல்வமா யிற்று. இச் செல்வத்தை நாம் பெற ஆதி முதலாகிய கமலாம்பிகையம்மையார்க்குத் தமிழுலகம் நன்றிக்கடன் பட்டதாகும்.

'இந்தியாவும் விடுதலையும்' என்ற நூல் பற்றி அடுத்துக் காணப் புகுவோம். இந்திய தேசிய அரசியலில் மிகப் பல ஆண்டுகள் பாடுபட்டுத் தொண்டாற்றியவர் திரு.வி.க. அந்த அரசியல் அரங்கில் அவர் பெற்ற அனுபவங்களின் விளைவாக எழுந்த நூலே 'இந்தியாவும் விடுதலையும்' என்பது. "அரசியல் வாழ்க்கையில் யான் பெற்ற அனுபவங்கள் பலப்பல. அவைகள் திரளப்பெற்ற நூல் இந்தியாவும் விடுதலையும்' எனத் தம் வாழ்க்கைக் குறிப்புகளில் குறித்துள்ளார்.

இந்த நூலினைப் பற்றிப் பேராசிரியர் அ.ச. ஞானசம்பந்தனார் தரும் விளக்கம் அழகாக அமைந்திருக்கிறது: "இந்தியாவும் விடுதலையும்" என்ற நூலின்கண் அவருடைய கூர்த்த மதியையும் இந்திய வரலாற்றை ஒரு தமிழ்மகன் என்ன கண்ணோட்டத்துடன் காண்கிறான் என்பதையும் அறிய முடிகிறது. நூலின் முற்பகுதி யாகிய 'இந்தியா' என்ற பகுதியில் முற்கால இந்தியா, இடைக்கால இந்தியா, தற்கால இந்தியா என்ற மூன்று பிரிவுகள் உள்ளன. அவருடைய காலத்தே கிடைத்த சான்றுகள், ஆராய்ச்சி முடிவுகள் ஆகியவற்றை அடிப்படையாகக் கொண்டு இக்கண்ணோட்டம் அமைந்திருக்கிறது.

பாரத நாடு அடிமையாகி வீழ்ச்சியுற்றமைக்குரிய காரணங் களையும், அக்காரணங்களைக் களைந்தால் நாடு தானே விடுதலை அடையும், என்பதையும் வரலாற்று பின்னணியில் அற்புதமாகத் திரு.வி.க. விளக்கியுள்ளார். நாட்டு வரலாற்றை மரபுப் பின்னணியில் அறியாதவர்கள் நாட்டுப்பணி புரியத் தகுதி யற்றவர்கள் என்பதைப் புரிந்துகொண்டால், இந்த நூலின் சிறப்பையும் புரிந்துகொள்ள முடியும்.

"முன்னர் நாடு திகழ்ந்த பெருமையும் மூண்டிருக்கும் இந்நாளின் இகழ்ச்சியும் பின்னர் நாடுறு பெற்றியும் காண்கிலார்" என்று அடிமையுற்ற பாரதநாட்டுக் கல்விக் களத்தின் அவலத்தை மகாகவி பாரதியார் பாடுவார். இன்னும்கூட நம் கல்வி நிலையங்கள் அந்த அவலத்திலிருந்து விடுதலை பெற்றுவிட்டதாகச் சொல்ல முடியவில்லை. நம் நாட்டு மாணாக்கர் அனைவருமே திரு.வி.க.வின் 'இந்தியாவும் விடுதலையும்' என்ற நூலினைக் கட்டாயம் பயில வேண்டும் என்று ஏற்பாடு செய்ய வேண்டும்; அத்தகைய ஏற்பாட்டால் வருங்காலத் தலைவர்களாகிய இளைஞர்கள் நாட்டுப்பற்றும் அறவுணர்வும் முற்போக்குச் சிந்தனையும் உடையவர்களாக ஓங்குவர் என்பதில் ஐயமில்லை.

இந்திய நாடு அரசியல் விடுதலை பெறுவதற்கு முன் இந்நூலின் முதற்பதிப்பு 1940-இல் வெளிவந்தது. 1947இல் விடுதலை பெற்றபின் வெளிவந்த இரண்டாம் பதிப்பில் காலத்திற்கேற்ப மாறுதல்கள் செய்யப்பட்டன. 'நாட்டு வரலாற்றை அடிப்படையாகக் கொண்டெழுந்த ஒரு விடுதலை நூல்' என்று திரு.வி.க.வே முன்னுரையில் குறிப்பிட்டிருக்கிறார்.

1947–இல் வந்த விடுதலையை 'ஒருவித விடுதலை' என்றே திரு.வி.க. கருதினார். முழு விடுதலை பெறுவதற்குப் பொருளாதார விழிப்பும் சீர்திருத்தமும் தேவை என்பதைப் பல நூல்களில் குறித்தது போலவே இந்த நூலிலும் குறித்திருக்கிறார். மார்க்சியம் இவ்வகையில் உதவுமென்பது திரு.விக.வின் நம்பிக்கை. நூலின் இறுதியில் விடுதலைக்குரிய வழிகளை விளக்கும்போது மார்க்சிய விளக்கம் தருகிறார். ஆனால், மார்க்சியம் பாரத நாட்டு மரபுக்கேற்ற மாற்றங்களோடே ஏற்கப்பட வேண்டும் என்பதில் திரு.வி.க. உறுதியுடையவர். காந்தியம் விரவிய மார்க்சியத்தையே அவர் உருவாக்க விழைந்தார். "ஈரினம் ஒழிந்த சமதருமத்தை இந்நாளில் விஞ்ஞான முறையில் அறிவுறுத்தியவர் காரல் மார்க்ஸ். அம் மார்க்ஸியமும் நம் காந்தியமும் ஒன்றிக் கடனாற்றினால் இந்தியா தருமத்தைக் காத்தல் கூடும். இரண்டுங் கலந்த ஒன்றே நமது நாட்டுக்குத் தேவை என்று பல ஆண்டாக யான் வலியுறுத்தி வருவது நாட்டவர்க்குத் தெரியும்" என்பது இந்நூலின் இறுதிப் பகுதியில் வரும் வாசகமாகும்.

பாரத நாட்டுக்குரிய எதிர்காலத் திட்டமும் திரு.வி.க.வால் இந்நூலில் வகுக்கப்பட்டுள்ளது. அறிவிலே தெளிவுறுத்தப்படாத மக்களுக்கு வாக்குரிமை தருவதால், வாக்குரிமை செந்நெறியில் செலுத்தப்படாது என்று எச்சரித்திருக்கிறார். "காங்கரஸ் தன் கடனை இத்துறையில் ஆற்றாதொழியின், சட்டசபைகளில் தேள், பாம்பு. கரடி, புலி முதலியன உலவுதல் நேரும்" என்று 1947ஆம் ஆண்டிலேயே இந்நூல் வாயிலாக எச்சரித்திருக்கிறார். "சாதி மதங்களை அடிப்படையாகக் கொண்ட கட்சிகளின் தோற்றம், சாதி மதங்கட்கென்று பீடங்களை ஒதுக்கல் முதலியன நாட்டைச் சிறுமைப்படுத்தும்; சிறைப்படுத்தும்" என்பதும் இந்நூல்வழி அவர் செய்துள்ள எச்சரிக்கையே.

அரசியல் அனுபவங்களில் திரண்டெழுந்தது என 'இந்தியாவும் விடுதலையும்' பற்றித் தெரிவித்த திரு.வி.க., 'உள்ளொளி' என்ற மிகச் சிறந்த நூலைப் பற்றி "இந்நூலில் எனது சமய ஞான அனுபவங்கள் திரண்டுள்ளன" என்று தெரிவித்திருக்கிறார்.

உடல், உள்ளம், உயிர் என்ற மூன்று கூறுகளை உடையது வாழ்க்கை. வாழ்க்கையில் உலகியல் வளம் உடலுக்கு நலம் செய்யும்; அந்த லௌகிக எல்லையிலே நின்றுவிடுகிறவன் மானிடனாய்ப் பிறந்தும் வீணாகிப் போனவன். உள்ளத்து வளம் வளர்த்து அந்த எல்லையிலும் நின்றிடாமல் உயிர் நலம் பேணும் ஆன்மிகத்திலும் வளர்ச்சி பெற்று ஓங்கிட வாழ்பவனே மனிதன் என்ற தகுதிக்கு உரியவனாகிறான். இந்த வளர்ச்சி நிலையின் அனுபவத்தின் விளக்கக் களஞ்சியமாக அமைவது திரு.வி.க.வின் உள்ளொளி' என்ற செந்நூல்.

அக வாழ்க்கைக்கும் புற வாழ்க்கைக்கும் இன்றியமையாத கருத்துகள் இந்நூலில் தெளிவுற விளக்கப்பட்டுள்ளன. வேறு வகையில் சொன்னால், உலகியல் வாழ்வு செம்மையுறவும் உள்ளம். செம்மையுற்றுச் சிறக்கவும் ஆன்மிக வாழ்வு கனிந்திடவும் இந்நூல் உறுதுணை புரியவல்லது எனலாம். "இதை ஒரு சமரச சன்மார்க்கப் பொருட்காட்சி என்று கூறலாம்" என்பது திரு.வி.க.வின் அறிமுகப் பாயிரம். 'உள்ளிருளில் உள்ளொளி எழுப்பி, உள்தொல்லையைப் போக்குமென்று' இந்நூல் பற்றித் திரு.வி.க. நம்பிக்கை தெரிவித்திருக்கிறார்.

தோற்றுவாய், இறுவாய் ஆகிய பகுதிகளை முதலும் முடிவுமாகக் கொண்டு உள்ளமும் உருவமும், உள்ளுணர்வும் வழிபாடும், உள்ளொளி என மூன்று இயல்களில், இந்நூலின் கருத்துகள் விளக்கம் பெறுகின்றன. 'உள்ளொளி' என்ற இயலே நூலின் உயிர் போன்றது என்றும் மற்ற இரண்டும் அதன் அரண் போன்றன என்றும் திரு.வி.க. தெரிவித்திருக்கிறார்.

"மனிதப் பிறவியின் நோக்கமென்ன? உள்ளொளியை அடைதல் வேண்டுமென்பது அப்பிறவியின் நோக்கம்.... உள்ளொளி விளக்கத்துக்கு முதற்கருவியாயிருப்பது உள்ளம். உள்ளம் என் செய்வது? உள்ளுவது - நினைப்பது. எதை உள்ளுவது? உருவத்தை, எவ்வுருவத்தை? தத்துவ உருவத்தை. தத்துவ உருவத்தை உள்ள உள்ள உள்ளுணர்வு தோன்றும். உள்ளுணர்வை உள்ளொளியாக்க வழிபாடு தேவை. வழிபாடு புறத்திலும் நிகழ்தல் வேண்டும்; அகத்திலும் நிகழ்தல் வேண்டும். அக வழிபாடே தியான யோகமென்பது. தியானத்தால் உள்ளொளி விளங்குதல் ஒருதலை. தியான அமைவுக்கு முறையீடு, அபேத உணர்வு, பொதுமை முதலியன வேண்டும். இவைகட்கெல்லாம் அடிப்படை சமரச சன்மார்க்கம். சன்மார்க்க வாழ்க்கை உள்ளொளிக்கு ஆக்கம் தேடும்." - நூலிலே மிக விரிவாகவும் அற்புதமாகவும் விளக்கப்பட்டுள்ள செய்தியின் சாரம் இது.

திரு.வி.க. ஆற்றும் சொற்பொழிவுகளிலும் இயற்றும் நூல்களிலும் முடிவுரை செறிவுடையதாய் இருக்கும். விளக்கிவந்த செய்திகளின் சாரத்தைத் திரு.வி.க.வின் முடிவுரையிலே தெரிந்து கொள்ளலாம். 'உள்ளொளி' நூலின் இறுவாய்ப் பகுதியில் வரும் தொகுப்பே மேலே காண்பது.

திருக்குறள், பகவத் கீதை போன்ற நூல்களின் கருத்தை விளக்குவதற்கு எவ்வளவு வேண்டுமானாலும் எழுதலாம் அந்த விளக்க முயற்சிக்கு எல்லை இல்லை. திரு.வி.க.வின் உள்ளொளி பற்றி விளக்கப் புகுந்தால் முடிவே இல்லாமல் விரிந்துகொண்டே போகும்.

உள்ளத்தில் ஒருவாறு விளக்கம் பெற்றவர்களுக்குச் சில ஐயங்கள் எழும். அப்படியே ஆன்மிக நாட்டம் கொள்பவர்க்கும் சில ஐயங்கள் எழும். எடுத்துக்காட்டாகச் சமயத் துறையிலே இருப்போர் சிலர் அற்புத நிகழ்ச்சிகளை நிகழ்த்துவர். அந்த நிகழ்ச்சிகள் தெய்விகமா என்ற ஐயம் எழும். ஐயத்திற்கு இடம் தராமல் அற்புதம் நிகழ்த்துவோரைத் தெய்வமாகவே கொண்டு மருளுவோரும் பலராவர். யோகப் பயிற்சியால் பல வளர்ச்சிகள், நன்மைகள் உண்டு. ஆனால், அரைகுறை யோகிகளால் வாழ்க்கையைச் சீரழித்துக் கொள்வோர் பலர் உண்டு. இதுபோன்ற சூழ்நிலைகளில் தெளிவு தரவல்லது திரு.வி.க.வின் 'உள்ளொளி'.

திரு.வி.க.வின் ஆளுமையைப் புரிந்துகொள்ள விரும்பு வோர்க்கு அவர்ஒரு வேண்டுகோள் விடுத்திருக்கிறார்: "இந்நூற்கண் (உள்ளொளி) எனது வாழ்க்கைக் குறிப்புகள் சில உண்டு... என் வாழ்க்கைக் குறிப்புக்களுடன் 'உள்ளொளி'யிலுள்ள குறிப்புகளையும் சேர்த்து ஆராயுமாறு கேட்டுக்கொள்கிறேன்" என்பது அவர்வேண்டுகோள். ஆக, திரு.வி.க.வைப் புரிந்துகொள்ள வேண்டுமாயின. 'உள்ளொளி' நூலையும் கட்டாயம் பயில வேண்டும் என்பது தெளிவு. உள்ளொளிக்கு உள்ள இதே சிறப்பு அவருடைய 'திருக்குறன் விரிவுரைக்கும்' உண்டு. இதனைத் தம் "வாழ்க்கைக் குறிப்புக்களில் திரு.வி.க. குறித்திருக்கிறார்.

திரு.வி.க. உருவாக்கிய செய்யுள் நூல்கள் பதினைந்து. அவற்றுள் இங்கே நாம் குறிக்கத்தக்கது. 'பொதுமை வேட்டல்' என்ற தலைப்பில் 1942-இல் வெளிவந்த நூலாகும். டாக்டர் மு.வரதராசனார் இந்த நூலை 'இருபதாம் நூற்றாண்டுத் திருவாசகம்' என்று குறிப்பிடுவது வழக்கம்.

பழைய ஆழ்வார் நாயன்மார்களின் பாடல்களையும் அருட்பாவையும் பின்பற்றித் திருமால் அருள்வேட்டல், முருகன் அருள்வேட்டல் போன்ற செய்யுள் நூல்களை எழுதினார். வாழ்க்கையின் இறுதி நாட்களில் எழுதிய 'பொருளும் அருளும்' என்ற நூல் பொருளாதாரத்தையும், அருளாதாரத்தையும் இணைத்துக் காண்பது. அவர் படைத்த எல்லா காந்திய - மார்க்சிய இணைப்புப் பற்றிய குறிப்பு இருக்கும். குறிப்பாகப் பொதுமை வேட்டல், புதுமை வேட்டல் ஆகிய நூல்கள் இவ்வகையில் சிறப்புடையன. "புதுமை வேட்டல், பொதுமை வேட்டல் முதலானவை புதிய பொதுவுடைமைக் கொள்கையையும் சாதி முதலிய வேறுபாடுகள் இல்லாத சமுதாயத்தையும் வரவேற்கும் நெஞ்சத்தைக் காட்டுவன" என்று டாக்டர் வரதராசனார் தந்துள்ள கணிப்பு நம் கவனத்துக்கு உரியது.

உரைநடைத் துறையில் திரு.வி.க.வின் இமாலய ஆளுமையைக் கருதும்போது, செய்யுள் துறையில் அவருடைய சாதனையைப் பெரிதெனக் கருதமுடியாது. "பாரதியார் முதலாவதாகக் கவிதை, இரண்டாவதாக உரைநடை என்பவற்றின் மூலம் செய்த தொண்டைத் திரு.வி.க. முதலாவதாக உரைநடை, இரண்டாவதாகக் கவிதை என்பவற்றின்மூலம் செய்தார்" என்று பேராசிரியர் அ.ச. ஞானசம்பந்தன் தந்துள்ள கணிப்பு இங்கே நினைவுகூரத் தக்கது.

யாப்பு வடிவிலே புதுமை ஏதும் இல்லை; எனினும், 'கருத்திலும் உணர்ச்சியிலும் பழமை குறைவு, புதுமையே மிகுதி' என்பதை டாக்டர் மு.வரதராசனார் புலப்படுத்தியிருக்கிறார். உருவத்திலே புதுமை இல்லை; எனினும் உள்ளடக்கத்தில் புதுமையே கொலுவிருப்பதைத் திரு.வி.க.வின் செய்யுள் நூல்களிலே காணலாம்.

பாரதியாரை நன்கு உணர்ந்து போற்றியவர் - புதுமையை வரவேற்கத் தயங்காதவர் திரு.வி.க.; ஆயினும், யாப்பு வடிவிலே பழைய மரபு வழியையே பின்பற்றினார். யாப்புலகின் இந்த இரண்டு வழிகளையும் உணர்ந்திருந்த திரு.வி.க. "யாப்பு உலகில் யான் பழைய வழியிலேயே நடந்துவருகிறேன்; 'மறுமலர்ச்சி' உலகில் யான் இன்னும் இறங்கவில்லை; கால தேச வர்த்தமானம் என்ன செய்யுமோ அறிகிலேன்" என்று தந்நிலை விளக்கம் தந்திருக்கிறார். மறுமலர்ச்சி உலகில் இன்னும் இறங்கவில்லை" என்று அவர் எழுதியுள்ள சொற்களைக் கருதிப் பார்த்தால், மறுமலர்ச்சி வடிவத்துக்கு அவர் எதிராளி அல்லர் என்பது தெளிவாகும்.

வீடுகளில் வேற்றுமை ஊர்களிற் பிரிவு நாடுகளிற் பிணக்கு யாண்டும் உறுமல் கறுவல். இவையெல்லாம் உருண்டு திரண்டு உலகைப் போர்க்களமாக்கிவிட்டன. இந்நிலையில் 'புது உலகம்' அறிஞரால் பேசப்படுகிறது.... மனிதரிடத்துள்ள குறைபாடுகள் நீங்குதல் வேண்டும்.... பொதுமை வேட்டல் புது உலக மலர்ச்சிக்கு வேண்டற்பாலது. இப் 'பொதுமை வேட்டல்' அப்புது உலக ஆக்கத்துக்கு ஒரு மூலையிலாதல், ஓரளவிலாதல் துணை செய்யுமென்று நம்புவதாக இந்நூலின் முன்னுரையில் குறித்திருக்கிறார்.

இனி, "திரு.வி.க.வின் வாழ்க்கைக் குறிப்புகள்" பற்றிச் சிறிது காண்போம். திரு.வி.க. எழுபது வயது வரை (1883-1953) வாழ்ந்தவர். அவர்தம் மணிவிழா 1943-இல் நடைபெற்றது. அதன்பின் பத்து ஆண்டுகள் வாழ்ந்தார். ஆனால், அந்தப் பத்து ஆண்டுகளில் தொழிலாளர் இயக்கம் ஒன்றோடு மட்டுமே நெருங்கிய தொடர்பு கொண்டிருந்தார். அவருக்கு இயல்பான பல்துறைத்

சில நூல்கள்

தொடர்பு இந்த இறுதிப் பகுதியில் பெரிதும் சுருங்கிவிட்டது என்றே சொல்ல வேண்டும். மணிவிழா (அறுபதாண்டு நிறைவு) 1943-இல்; வாழ்க்கைக் குறிப்புக்கள் வெளிவந்தது 1944-இல். எனவே, திரு.வி.க.வின் வாழ்க்கைக் குறிப்புக்கள் ஏறத்தாழ முழு வரலாற்று நூலாகவே கொள்ளத்தக்கது என்றே கொள்ளலாம்.

டாக்டர் உ.வே. சாமிநாத ஐயர், திரு.வி.க., கோவை ஐயாமுத்து, நாமக்கல் கவிஞர், டாக்டர் சிலம்புச் செல்வர் ம.பொ. சிவஞானம் ஆகியோரின் தன் வரலாற்று நூல்கள் தமிழ் இலக்கிய வரலாற்றில் மட்டுமல்லாமல் தமிழக அரசியல், சமுதாய வரலாற்றிலும் மிகவும் குறிப்பிடத்தக்கவை. ஐயரவர்கள் தவிர மற்ற மூவரும் தேசிய இயக்கத்திலும் மிகப் பெரும் பங்கு பெற்றவர்கள்; ஆகையால், தேசிய இயக்கத்தின் வரலாறு பற்றி அறிய விரும்புவோர்க்கு இவர்களின் தன் வரலாற்று நூல்கள் ஆவணக் குறிப்புகளைத் தரக்கூடியவையாகும். இவர்களுள் திரு.வி.க. சமய/சமூக இயக்கங்களிலும் ஈடுபட்டவர்; எனவே, ஒருவகையில் தமிழக வரலாற்றின் பல்வேறு கூறுகளை அறிந்துகொள்ளக்கூடிய குறிப்புகளை அவர் வழங்கிய வரலாற்றுக் குறிப்புகளிலிருந்து திரட்ட முடிகிறது. இங்கே குறித்த தன் வரலாற்று நூல்கள் யாவுமே மிகவும் சிறந்தன; எனினும், தமிழகத்தின் முழுமை வரலாற்றுக்குப் பயன்படும் வகையில் 'திரு.வி.க.வின் வாழ்க்கைக் குறிப்புக்கள்' என்னும் நூல் முதலிடம் பெறும் தகுதியுடையது என்பதில் ஐயமில்லை.

"யான் ஒரு சிறு குடியில் பிறந்தவன்; எளிமையில் வளர்ந்தவன்; பல திற இயக்கங்களில் ஈடுபட்டவன். இவ்வேழையின் வாழ்க்கைக் குறிப்புக்கள் சிலவற்றைக் கொண்டது இந்நூல்" என்ற முன்னுரையுடன் தொடங்கும் இந்நூல், ஆயிரம் பக்க அளவில் விரிகிறது. 'ஏழையின்' வரலாறு, என்று குறிப்பிடுகிறார்; ஆனால், வரலாறு மிக மிக வளமானது. "திரு.வி.க.வின் வாழ்க்கைக் குறிப்புகள்" அவர் காலத்துப் பலதுறை அறிஞர்கள், சான்றோர்கள், தொண்டர்கள், தலைவர்கள் முதலான எல்லோரைப் பற்றியும் குறிப்புகளும் செய்திகளும் நிறைந்த களஞ்சியமாக உள்ளது. – இது டாக்டர் மு.வ. தெரிவித்துள்ள கணிப்புரை.

தம் வரலாற்றை எழுத நேரிடும். எழுத வேண்டும் என்ற எண்ணம் அவருக்கு இருந்ததில்லை; ஆதலால், நாட்குறிப்போ தேவையான ஆவணங்களோ கொண்டு இந்நூல் எழுதப்படவில்லை. குறிப்புகள் பெரிதும் நினைவிலிருந்தே வெளிவந்துள்ளன; திரு.வி.க. நடத்திய

'தேசபக்தன்', 'நவசக்தி' ஆகிய இதழ்களும் ஓரளவு துணை நின்றதாகக் குறித்திருக்கிறார். திரு.வி.க.வின் நினைவாற்றலுக்கு இந்நூல் ஒரு நல்ல சான்று.

ஒவ்வொரு இயலின் முடிவிலும் 'குறிப்பு' என்ற தலைப்பில் முடிவுரை போலச் சிறு பகுதியைக் காண்கிறோம். திரு.வி.க.வின் சொற்பொழிவுகளிலும் நூல்களிலும் வருகின்ற முடிவுரை மிகவும் செறிவுடைய தொகுப்புரையாக அமையும் என்று இக்கட்டுரையில் முன்பே சொல்லப்பட்டுள்ளது. அதற்குமேலும் இந்நூலின் ஒவ்வொரு பகுதியிலும் வரும் 'குறிப்பு' மிகவும் தனிச் சிறப்புடையது. இந்தப் பகுதியைத் தொகுப்புரை என்று சொல்வதை விடக் கணிப்புரை என்று மதிப்பது பொருத்தமாக இருக்கும். தற்சோதனை செய்து, தம்மைத் தாமே கணித்து முடிவு சொல்லும் பகுதியாக இது அமைகின்றது.

'குழந்தை' என்ற நான்காம் இயலின் குறிப்பில் வரும் சில வாக்கியங்களை எடுத்துக்காட்டுவது பொருத்தமாக இருக்கும். "குழந்தைமையைத் தெய்விகம், தெய்விகம் என்று பெரியோர் பேசியுள்ளனர்...பிறவியில் மீண்டும் குழந்தைமை எய்தும் வாய்ப்புண்டா? குழந்தைமைக்கும் முதுமைக்கும் இடைப்பட்டது சோதனைக்குரியது. சோதனையைக் கல்வி அறிவு ஒழுக்கங்களால் கடந்து தம்மைப் பயன்படுத்திக் கொள்வோர். மீண்டுங் குழந்தைமை எய்தல் எளிது... அந்நிலை எய்தினவரே பெரியோர் எனப்படுவர். அவரே அறவோர்; அந்தணர்...... யான் பின்னைக் குழந்தைமை யென்னும் அந்தணச் செல்வத்தை அடைந்தேனா? இல்லையா? வாழ்க்கை எப்படி இயங்கியது? அதை வெளியிடுகிறேன்."

இந்த வாக்கியங்களை நூலின் இறுதியில் வருகின்ற சில வாக்கியங்களோடு ஒப்பிட்டுப் பார்க்க வேண்டும்; "தொண்டின் சேய் எது? அந்தண்மை அருவியாய் ஓடுகிறது. அது வெள்ளமாதல் வேண்டும். எனது வாழ்க்கை ஓரோவழி அந்தணச் செல்வத்தைப் பெற்றது."இவ் வாக்கியங்களை மனத்தே பதியவைத்துக் கணித்தால், குழந்தைமை இயலில் எழுந்த வாக்கியங்களின் தொடர்ச்சியே இவை என்பது தெளிவாகும்; 'பின்னைக் குழந்தைமை' யாகிய அந்தணச் செல்வத்தைத் திரு.வி.க.வின் வாழ்வு பெற்றது என்பதும் தெளிவாகும். அதுமட்டுமன்றி நூலின் உருவச் செம்மை (ஃபார்ம்)யும் புலப்படுகின்றது. தொடக்கத்தில் எழுப்பிய கேள்விகளுக்குரிய விடை இறுதியில் கிடைக்கிறது. இடைப்பட்ட இயல்கள் குழந்தைமைக்கும் முதுமைக்கும் இடையில் நடந்த சோதனைகளை விரிக்கிறது.

காந்தியடியகளின் தன் வரலாறு சத்திய சோதனை; திரு.வி.க.வின் தன் வரலாறு அந்தணச் சோதனை; தொண்டு வழியாக அந்தண்மை எய்த முடியும் என்று காட்டிய தற்சோதனை.

வாழ்க்கையிலே திரு.வி.க. வெற்றி பெற்றவரா? அவரே சொல்கிறார்: "வாழ்க்கையின் அடைவு பொருட் பெருக்காயின் என்னுடையது தோல்வி எய்தியதாகும்; தொண்டாயின் அது வெற்றி எய்தியதாகும்"

சத்திய சோதனைக்குத் தோல்வி கிடையாது. அந்தண்மைச் சோதனையும் தோல்வி அடையாது. வெற்றிவாகை சூடிய ஓர் அந்தணரின் வாழ்க்கைச் சோதனைகளை – சாதனைகளை – முன் நிறுத்திக் காட்டும் 'திரு.வி.க. வாழ்க்கைக் குறிப்புக்கள்' என்ற நூல், வாழ விரும்புவோர்க்கு நல்வழி காட்டும் களஞ்சியம்.

திரு.வி.க. ஐம்பத்தாறு நூல்கள் எழுதினார். அவற்றில் பத்து நூல்களைத் தேர்ந்தெடுத்து அறிமுகப்படுத்தினோம். எல்லா நூல்களையும் சேகரித்துப் படிக்க முடியாதவர்கள் இங்கே குறித்த பத்து நூல்களைப் படிக்கலாம். அந்த முயற்சிக்கும் தயங்குவோர் 'மனித வாழ்க்கையும் காந்தியடிகளும்', 'பெண்ணின் பெருமை', உள்ளொளி' மூன்றையும் பயிலலாம். அவற்றைப் பயின்று தேர்ந்தபின், 'உள்ளொளி' என்ற நூலை அடிக்கடி பயின்று பயின்று திரு.வி.க.வின் முழுமையான ஆளுமை வழங்கிய செல்வத்தை அடையலாம்.

ஐம்பத்தாறில் பத்து பத்தில் மூன்று; மூன்றிலே ஒன்று இது திரு.வி.க. நூலடைவு பற்றிய சூத்திரம்.

5. முடிவாக

இளமையிலே தம்பால் விலங்கியல்யே ஓங்கியிருந்ததாகத் திரு.வி.க. தம் வாழ்க்கைக் குறிப்புகளில் சில இடங்களில் தெரிவிக்கிறார்; சில நிகழ்ச்சிகளையும் எடுத்துக்காட்டுகிறார். சாது முதலியார் என்றும் தமிழ்த் தென்றல் என்றும் போற்றப்படுமளவுக்கு அவரிடம் மாறுதல் ஏற்பட்டது. எப்படி இந்த 'ரதவாதம்' ஏற்பட்டது? இதனை அறிந்துகொள்வது நற்பண்புகளால் வளர விரும்பும் இளைஞர்களுக்கு உதவியாக இருக்கும். பிள்ளைமையில் என்பால் விலங்கியல்பு அதிகமாயிருந்ததா? தெய்வ இயல்பு அதிகமா யிருந்ததா? முன்னையதே அதிகம் இருந்தது என்று சொல்வேன்.... என்னை உண்ண எழுந்த விலங்கியல்பு எப்பொழுது குலைந்தது?

அவரே தரும் வாக்குமூலம் இது. இதனைத் தம் அறுபத்தோராம் வயதிலே எழுதும்போது ஒரு சிறு உயிர்க் கருத்தையும் சொல்கிறார்: "இன்னும் அதன் வால் சிறிது ஆடுவதுண்டு" இது வாழப்போகும் இளைஞர்க்கு ஓர் எச்சரிக்கை; மனச்சான்றை மறைத்துச் சான்றாண்மை வேடமிடும் பெரியவர்களுக்கும் ஓர் எச்சரிக்கை.

விலங்கியல்பு ஒடுங்கித் தெய்வ இயல்பு அவரிடம் பெருகி நிலைத்தது எப்படி? கற்றதனால் ஆய பயனாக இருக்குமோ? தக்கார் இனத்தே இருந்தமை இப்பயன் விளைத்திருக்குமோ? ஆர்வமும் ஐயமும் கொண்ட இப்படிப்பட்ட கேள்விகளுக்கு அவர் தரும் விடை யாவருக்குமே நலம் வழங்கவல்லது: "யான் பெற்ற கல்வி மட்டும் எனது விலங்கியல்பை ஒடுக்கவில்லை. அவை ஒரோவழித் துணை நின்றிருக்கும். இல்வாழ்க்கையும் நல்லோர் கூட்டுறவும் பல திறத் தொண்டுகளும் எனது விலங்கியல்பை ஒடுக்குதற்குப் பெருந்துணையாய் நின்றன என்று எனது அனுபவம் அறிவிக்கிறது. விலங்கியல்பை ஒடுக்குதற்கு இல்வாழ்க்கை ஒரு பெருங்கருவி என்று வலியுறுத்துகிறேன். அவ்வாழ்க்கையை நன்முறையில் அறிவுறுத்திய திருவள்ளுவர் வாழ்க. கிறிஸ்து பெருமான் போதனையும் சாதனையும் சிறப்பாக அவரது மலைப் பொழிவும் என்னை எவ்வெவ்வழியில் பயன்படுத்தின என்பது என் மனத்துக்கே தெரியும். காந்தியடிகளின் நன்மொழிகளும்

வாழ்க்கையும் எனக்கு வழிகாட்டியதை யான் மறவேன். திருவாசகம் புரிந்துவருந் துணையை எழுத்தால் எழுதல் இயலாது. என்னில் ஓரளவிலாதல் சீர்திருத்தம் நிகழ்த்திய தடங்கருணைப் பெருங்கடலாகிய ஆண்டவனுக்கு என்ன கைம்மாறு செலுத்த வல்லேன் ஏழையேன்.''

இல்லறம், நன்னூல்கள், சான்றோர் வாக்குகள், ஆண்டவன் கருணை இவையே மகாத்மா திரு.வி.க.வை உருவாக்கின. நமக்கும் திரு.வி.க.வின் சாதனை கிட்டுவதாகுக!

''பணத்தாலோ சக்தி மிக்க பதவிகளாலோ அவர் செல்வர் அல்லர், ஆனால், அறிவாலும் மானுட நேயமென்னும் அன்புப் பாலாலும் அவர் மிகப் பெருஞ்செல்வர். இச் செல்வமிக்க அவரோ தம் நண்பர்கள் சீடர்கள் ஆகியோருக்கு ஒரு குழந்தை போல இருந்தார்.'' பல்கலைச் செல்வர் டாக்டர் தெ.பொ.மீனாட்சி சுந்தரனாரின் கணிப்பு இது. 'சேய் போல் இருப்பர் கண்டீர் உண்மை ஞானம் தெளிந்தவரே; என்பது பட்டினத்தார் வாக்கு.

சமயத் துறையிலும் சமூக, பொருளாதாரத் துறைகளிலும் பொதுமை அறத்தைப் பேணிய சமரச சன்மார்க்கியாக வாழ்ந்து வழிகாட்டிய திரு.வி.க.வின் வெற்றியைப் பற்றி டாக்டர் மு.வரதராசன் கூறுவது: "திரு.வி.க.வின் உள்ளம் அனைவரிடமும் அன்பு பூண்டது. கொள்கை வேறுபாடு வேறு, மனித உறவு வேறு என்று அவர் தெளிந்தார். அதனால் தாம் ஒரு கட்சியைச் சார்ந்து நின்றபோதும் மற்றக் கட்சித் தலைவர்களோடு நட்புரிமை பூண்டு பழகினார். கட்சித் தொடர்பை விட்டபோதும் எல்லாக் கட்சியாரிடமும் கலந்து உறவாடினார். அதனால் பலர் அவரைப் பழித்தனர்; பழிக்காதவரும் வெறுத்தனர்; வெறுக்காதவரும் ஐயுற்றனர். இத்தனை பேருக்கும் இடையில் எவரையும் பழிக்காமல் வெறுக்காமல் ஐயுறாமல் அன்போடு தொண்டு ஆற்றிவந்தார்.... கட்சிப் பொதுமை என்பது நல்லதொரு நெறி என்பதை இப்போது சிலர் மெல்ல மெல்ல உணர்ந்து வருகின்றனர்'' "காந்தியடிகள் போல் பல கட்சியினர் உள்ளத்தையும் கவரும் அரசியல் பொதுமை; கார்ல் மார்க்ஸ் போல் பல மக்களையும் ஒன்றுபடுத்த விழையும் பொருளியல் பொதுமை; இராமலிங்க அடிகள் போல் பல சமய நெறிகளிலும் அடிப்படை ஒன்றெனக் காணும் சன்மார்க்கப் பொதுமை: திருவள்ளுவர்போல் எக்காலத்திற்கும் இன்றியமையாத உண்மைகளை உணர்ந்து தெளியும் வாழ்வியல் பொதுமை.'' பொதுமை வேட்டல் பாடிய பொதிகைத் தென்றலாம் திரு.வி.க.வைப் பற்றி இந்தக் கணிப்பும் டாக்டர் மு.வ. தந்ததே.

"இப்பெரியாரின் எழுத்துகளைப் படிக்குமிடத்து வேதம் உபநிடதத் திலிருந்து, சிவஞானபோதம், சித்தியார் என்பவற்றி லிருந்து, டார்வின் கொள்கை, அணு பற்றிய விஞ்ஞானம், டாக்டர் மார்ஷல் பொருளாதாரத் தத்துவம் முதலியவற்றிலிருந்து கார்ல் மார்க்ஸ் தத்துவம்வரை இப்பெரியார் கல்லாத கலையே இல்லை என்பது இவர் சொல்லாலே தோற்றி நிற்கின்றது" இது பேராசிரியர் அ.ச. ஞானசம்பந்தனின் தெளிவுரை. பல துறையறிவும் திரு.வி.க.வைப் பல துறை இணைப்புக்குரிய பாலமாக ஆக்கின. எப்போதும் கற்றவண்ணமும் கற்றறிந்த அறிவூடு கனிவு பெறும் முயற்சியோடும் இருக்க வேண்டும் என்பதே அ.ச.ஞா.கணிப்பின் முடிவு.

கடைசியாக - வாழ்க்கைக் குறிப்புகளின் கடைசியில் திரு.வி.க. தரும் முடிப்புரையோடு முடிப்போம்:

"இப்பிறவியில் எனது வாழ்க்கை அந்தணச்
செல்வம் பெறுவதற்குத் துணைநின்ற
கல்வி கேள்விகட்கும் நல்லிணக்கத்துக்கும்
இல்வாழ்க்கைக்கும் இயக்கங்கட்கும்
பிறவற்றிற்கும் எனது வாழ்த்து உரியதாக".

* * *

திரு.வி.க. வாழ்க்கை:
ஒரு நெட்டோட்டம்

1883	பிறப்பு (ஆகஸ்டு 26)
1891	சென்னை இராயப்பேட்டையில் தொடக்கப் பள்ளியில் சேர்தல்
1894	வெஸ்லி பள்ளியில் சேர்தல் சேர்ந்த சில மாத அளவில் கை கால் முடங்கியதால் கல்வி தடைப்படுதல். நான்கு ஆண்டுகள் பள்ளிக் கல்வி இல்லை.
1898-1904	மீண்டும் வெஸ்லி பள்ளியில் சேர்தல். பள்ளியிறுதி (மெட்ரிக்குலேஷன்) வரை பயின்றார். ஆசிரியர் கதிரைவேற் பிள்ளை சார்பாக நீதிமன்றத்துக்குப் போனதால், இறுதித் தேர்வு எழுதும் வாய்ப்பை இழந்தார்.
1901-1906	யாழ்ப்பாணம் கதிரைவேற் பிள்ளையிடம் தமிழ் இலக்கியம், சைவ சாத்திரங்கள் பயிலுதல்
1907	கதிரைவேலர் மறைவு. கடற்கரையில் விபின் சந்திரபாலர் சொற்பொழிவைக் கேட்டல்
1907-1908	ஸ்பென்ஸர் கம்பெனியில் பணி
1908	கதிரைவேலர் வரலாறு (முதல் நூல்) எழுதுதல்
1908	ஜஸ்டிஸ் சதாசிவ ஐயர் தொடர்பு
1908-1910	மயிலைப் பெரும்புலவர் தணிகாசல முதலியாரிடம் தமிழும் சைவ சாத்திரங்களும் பயிலுதல். தமையனார் தொடங்கிய அச்சக வாயிலாகப் பெரியபுராணத்தைக் குறிப்புரையுடன் சிற்றிதழ்களாக வெளியிடத் தொடங்குதல்
1910	அன்னி பெசண்ட் அம்மையாரைச் சந்தித்தல் (அம்மா என்றே திரு.வி.க. இவரைக் குறிப்பது வழக்கம்)

1910–1916	வெஸ்லியன் பள்ளியில் ஆசிரியப் பணி
1912	திருமணம் (செப்டெம்பர் 13) மனைவியார்: கமலாம்பிகை
1914	சுப்பராய காமத், எஸ். சீனிவாச ஐயங்கார் தொடர்பு
1915	ஸ்ரீ பாலசுப்பிரமணிய பக்தஜன சபை தோற்றம்
1916–1917	வெஸ்லி கல்லூரியில் தமிழ்த்துறைத் தலைவர்
1917	பி.பி. வாடியா தொடர்பு: இத்தொடர்பே திரு.வி.க. தொழிலாளர் இயக்கத்தில் ஈடுபடக் காரணமாயிற்று.
1917	கல்லூரிப் பணியை விடுத்தல், டிசம்பர் 7–இல் 'தேசபக்தன்' ஆசிரியர் ஆதல்,
1918	(ஏப்ரல் 27) இந்தியாவிலேயே முதல் தொழிலாளர் சங்கம் (சென்னைத் தொழிலாளர் சங்கம்) தோன்றுதல், திரு.வி.க. துணைத் தலைவர். இதே ஆண்டு செப்டெம்பர் முதல் நாள் மனைவியார் கமலாம்பிகை மறைவு.
1919	(மார்ச் 18) காந்தியடிகளை முதன்முதலாகச் சந்தித்தல். அக்டோபர் 11 பெரியார் ஈ.வே.ரா.வின் நட்பைப் பெறுதல் (டிசம்பர் 17). லோகமான்ய பாலகங்காதர திலகரை வ.உ. சிதம்பரனாருடன் சென்று காணுதல்.
1920	மத்தியத் தொழிலாளர் சங்கத் தோற்றம். ஜூலை இறுதியில் தேசபக்தன்' நிலையத்தை விடுத்து நீங்குதல் அக்டோபர் 22–ல் 'நவசக்தி' தொடங்குதல்.
1921	ஜூலை மாதம் ஆளுநர் வில்லிங்டன் அழைத்துக் கடுமையாக எச்சரித்தல். நாடு கடத்தப்படுவார் என்ற நிலையில் சர். தியாகராய செட்டியார் தலையீட்டால் அத்தண்டனை நிறுத்தப்படுதல்
1925	(நவம்பர் 21,22) தமிழ்நாடு காங்கிரஸ் வரலாற்றில் தனிச்சிறப்புடைய மாநாடு காஞ்சிபுரத்தில் தலைவர் திரு.வி.க. வகுப்புவாரிப் பிரதிநிதித்துவத் தீர்மானத்தை ஏற்காமல் தள்ளியதால் பெரியார்

திரு.வி.க.

ஈ.வே.ரா. மாநாட்டிலிருந்து வெளியேறுதல். இதன் விளைவாகத் தமிழக அரசியலில் பெருமாறுதலுக்கான திருப்பம் ஏற்பட்டது.

1939	காங்கிரஸ் ஆட்சியிலும் பக்கிங்ஹாம் ஆலை வேலைநிறுத்தம்
1943	அறுபதாண்டு நிறைவு மணிவிழா
1944	'திரு.வி.க. வாழ்க்கைக் குறிப்புக்கள்' வெளிவருதல்
1947	ஜூன் 9 முதல் டிசம்பர் 7 வரை காங்கிரஸ் ஆட்சியில் திரு.வி.க.வுக்கு வீட்டுச் சிறைவாசம்
1949–1950	ஒரு கண் பார்வை முதலில் மறைந்து, பின் இரு கண்களுமே பார்வை இழத்தல்
1953	செப்டெம்பர் 17-இல் மறைவு

திரு.வி.க. நூல்கள் உரைநடை

1. கதிரைவேற் பிள்ளையவர்கள் சரித்திரம் (1908)
2. தேசபக்தாமிர்தம் (1919)
3. மனித வாழ்க்கையும் காந்தியடிகளும் (1921)
4. என் கடன் பணி செய்து கிடப்பதே (1921)
5. சைவ சமய சாரம் (1921)
6. நாயன்மார் திறம் (1922)
7. தமிழ்நாடும் நம்மாழ்வாரும் (1923)
8. சைவத்தின் சமரசம் (1925)
9. முருகன் அல்லது அழகு (1925)
10. பெண்ணின் பெருமை அல்லது வாழ்க்கைத் துணை (1927)
11. தமிழ்த் தென்றல் அல்லது தலைமைப் பொழிவு 1928)
12. கடவுட் காட்சியும் தாயுமானவரும் (1928)
13. தமிழ் நூல்களில் பவுத்தம் (1929)
14. சைவத் திறவு (1929)
15. இராமலிங்க சுவாமிகள் திருவுள்ளம் (1929)
16. சீர்திருத்தம் அல்லது இளமை விருந்து (1930)
17. நினைப்பவர் மனம் (1930)
18. இமயமலை அல்லது தியானம் (1931)
19. சமரச சன்மார்க்க போதம் (1933)
20. சமரச தீபம் (1934)
21. சமரச சன்மார்க்கத் திறவு (1934)
22. தமிழ்ச் சோலை அல்லது கட்டுரைத் திரட்டு I (1935)
23. தமிழ்ச் சோலை அல்லது கட்டுரைத் திரட்டு II (1935)
24. சித்த மார்க்கம் (1935)
25. நாயன்மார் வரலாறு (1937)
26. முடியா? காதலா? சீர்திருத்தமா? (1938)

திரு.வி.க.

27. இந்தியாவும் விடுதலையும் (1940)
28. உள்ளொளி (1942)
29. திரு.வி.க. வாழ்க்கைக் குறிப்புக்கள் (1944)
30. ஆலமும் அமுதமும் (1944)
31. பரம்பொருள் அல்லது வாழ்க்கைவழி (1949)

செய்யுள்

32. உரிமை வேட்கை அல்லது நாட்டுப் பாடல் (1931)
33. முருகன் அருள்வேட்டல் (1932)
34. திருமால் அருள்வேட்டல் (1938)
35. பொதுமை வேட்டல் (1942)
36. கிறிஸ்துவின் அருள்வேட்டல் (1945)
37. புதுமை வேட்டல் (1945)
38. சிவனருள் வேட்டல் (1947)
39. கிறிஸ்து மொழிக்குறள் (1948)
40. இருளில் ஒளி (1950)
41. இருமையும் ஒருமையும் (1950)
42. அருகன் அருகே அல்லது விடுதலை வழி (1951)
43. பொருளும் அருளும் அல்லது வாழ்க்கை வழி (1951)
44. சித்தம் திருந்தல் அல்லது செத்துப் பிறத்தல் (1951)
45. முதுமை உளறல் (1951)
46. வளர்ச்சியும் வாழ்வும் அல்லது படுக்கைப் பிதற்றல் (1953)

பதிப்பு/குறிப்புரை/உரை

47. பெரிய புராணம் (குறிப்புரையுடனும், வசனத்துடனும்) (1907)
48. திருமந்திரம் (பார்வை) (1909)
49. அருணாசல புராணம் (சில சேர்க்கைகளுடன்) (1915)
50. குசேலோபாக்கியானம் (குறிப்புரையுடன்) (1915)
51. திருநாவுக்கரசு சுவாமிகள் தேவாரம் (முதல் திருமுறை அரும்பதவுரை, சரித்திரக் குறிப்பு) (1919)

52. பட்டினத்துப் பிள்ளையார் திருப்பாடற்றிரட்டும் பத்திரகிரியார் புலம்பலும் (விருத்தியுரையுடன்) (1923)
53. மகாபாரதம் (வில்லிபுத்தூரார்) (1923)
54. காரைக்காலம்மையார் திருமுறை (குறிப்புரையுடன்) (1932)
55. திருக்குறள் விரிவுரை 1 (பாயிரம் 1939)
56. திருக்குறள் விரிவுரை II (இல்வாழ்க்கை இயல்) (1939) (நக வளைவுக்குள் காணப்படும் ஆண்டுக் குறிப்பு முதற் பதிப்பு வந்ததைக் குறிக்கும்)

உதவிய நூல்கள்

திரு.வி.க.வின் நூல்கள்
மற்றும்
1. இந்திய தேசியத்திற்கு ஒரு நூறு வயது
   - டாக்டர் ம.பொ. சிவஞானம்
2. ஒரு நூற்றாண்டுத் தமிழ்க் கவிதை பேராசிரியர்
   அ.சீனிவாசராகவன்
3. தமிழ் இலக்கிய வரலாறு
   - டாக்டர் மு.வரதராசன்
4. திரு.வி.க.
   - டாக்டர் மு. வரதராசன்
5. திரு.வி.க.
   - பேராசிரியர் அ.ச. ஞானசம்பந்தன்
6. திரு.வி.க. அல்லது வாழ்க்கை விளக்கம்
   - டாக்டர் இரா. மோகன்
7. திரு.வி.க. உள்ளமும் உயர் நூல்களும்
   - திரு. சக்திதாசன் சுப்பிரமணியன்
   திருமதி, ஜலஜா சக்திதாசன்
8. திரு.வி.க.வும் காந்தியக் கோட்பாடுகளும்
   - டாக்டர் ப. மகாலிங்கம்
9. திரு.வி.க. வாழ்வும் தொண்டும்
   - திரு. சக்திதாசன் சுப்பிரமணியன்

மலர்கள்
10. திரு.வி.க. அவர்கள் தமிழ்ப் பணியின் பவழ விழா (மலர்)
11. திரு.வி.க. மணிமடல்
12. மணிவிழா மலர் (திரு. வி.உலகநாத முதலியார்)
13. ஸ்ரீ பாலசுப்பிரமணிய பக்தஜனசபை முத்துவிழா, திரு.வி.சு. நூற்றாண்டு விழா (மலர்)
14. Prof. T.P. Meenakshisundaran Sixty-first Birthday Commemoration Volume

* * *